मर्डर हाऊस

सुहास शिरवळकर

दिलीपराज प्रकाशन प्रा. लि.
२५१ क, शनिवार पेठ, पुणे - ४११०३०

- मर्डर हाऊस / Murder House

- **प्रकाशक**
  राजीव दत्तात्रय बर्वे
  मॅनेजिंग डायरेक्टर,
  दिलीपराज प्रकाशन प्रा. लि.,
  २५१ क, शनिवार पेठ, पुणे - ४११०३०.

- © सुगंधा शिरवळकर
  २५१/क, शनिवार पेठ, पुणे - ४११ ०३०.

- **प्रकाशन दिनांक** - २० मार्च २०१०

- **प्रकाशन क्रमांक** - १७६४

- **ISBN** - 978 - 81 - 7294 - 789 - 7

- **टाइपसेटिंग**
  पितृछाया मुद्रणालय,
  ९०९, रविवार पेठ,
  पुणे - ४११ ००२.

- **मुखपृष्ठ सजावट आणि मलपृष्ठावरील मजकूर** - सागर नेने

- **website:**www.diliprajprakashan.com
- **Email:**diliprajprakashan@yahoo.in

या 'अमर-कथे'बरोबर आम्ही प्रकाशित केलेली
आणखी एक 'अमर-कथा' जरूर वाचा...

-**सुहास शिरवळकर**

एक

फारच आकर्षक पेहराव होता तिचा. कपडे हे शरीर झाकण्याकरता नसून ते शरीराला उठाव देण्याकरता असतात, या मताची असावी ती. तिच्या कपड्यांवरून ते नेसण्याच्या पद्धतीवरून तरी तसंच वाटत होतं. तिच्या पोषाखात विचित्र काहीच नव्हतं. चक्क पाचवारी साडी आणि ब्लाऊज होता. पण स्वत:चे नितंब अत्यंत आकर्षक आहेत, सिंहकटी समोरच्या माणसाला वेड लावणारी आहे हे लक्षात घेऊन तिनं पिनांचा भरपूर वापर करून साडी नितंब आणि ओटीपोटावर चप्प बसवली होती. पांढऱ्या शुभ्र डबल नेटेड साडीतून बेंबीपर्यंत गेलेली नाजूक रोमावली फारच मोहक दिसत होती. टेरीकॉटच्या काळ्या ब्लाऊजच्या बाह्या तिच्या नाजूक गोऱ्यापान फोरआर्मवर फिट बसल्या होत्या. खांद्यावरून पाठीवर सोडलेल्या पदरातून ब्लाऊज बरोबरच स्तनांचा कडक उभार जाणवत होता. व्ही कटचा गळा थेट बरगडीच्या मधल्या सांध्यापर्यंत उतरला होता. त्याला आधार देण्यापुरती खाली एक इंचाची पट्टी होती. गळा रुंदावत खांद्यांच्या हाडापर्यंत आला होता आणि चौकोनी आकार घेत पाठीवरच्या दोन हाडांच्याखाली उतरला होता.

आणि तिला ते शोभून दिसत होतं. तिच्या जागी एखादी काळी, बाजारात न खपणारी पोरगी असती, तर ती ओंगळ दिसली असती. परंतु तिचा गोरापान रंग, शिडशिडीत बांधा, S चा आकार दर्शविणारी छाती आणि नितंबांचा उभार, किंचित् वर उचललं गेलेलं टोकदार नाक, काळेभोर

चकचकीत डोळे, त्यावरच्या कोरीव भुवया, आणि नितंबांपर्यंत आलेल्या दोन काळपट तपकिरी वेण्या, या सर्वांमुळे तिला ते खुलून दिसत होतं.

आवडो, न आवडो, अशा पद्धतीनं अंग-प्रत्यंगांची दर्शनं देणारा ड्रेसच तिला वापरायला हवा होता. पण त्याचा फायदा घेऊन तिनं पोषाखाचा कल किंचितही अश्लीलतेच्या सीमेकडे झुकू दिला नव्हता. त्यातच तिच्या आकर्षकतेचं रहस्य होतं.

हातातली ब्रीफ-केस सावरत ती मेन-गेटपर्यंत आली. तिथेच थबकून तिनं आजूबाजूला पाहिलं आणि शेजारच्या बाल्कनीतून तिच्या सौन्दर्याचं रसपान करणारा एक कोवळा मजनू तिला दिसला.

"कुत्रं नाही ना?" वर मान करून त्याच्याकडे पाहून प्रसन्नपणे हसत तिनं किणकिणत्या स्वरात विचारलं.

"अं?... एक मिनीट हं." तिच्या आवाजानं आणि दृष्टिक्षेपानं विरघळण्यापूर्वी तो कसाबसा म्हणाला. पळत-पळत खाली आला. तिच्या पर्यंत येताना त्यानं आपली सगळी चपळाई पणाला लावली होती.

"काय म्हणालात?" मान तिरपी करून, कपाळाला आठ्या घालत त्यानं, त्याच्या दृष्टीनं सर्वात सुंदर दिसत, विचारलं.

"काही नाही, मी विचारणार होते, आसपास कुत्रं नाही ना?...उत्तर मिळालं मला!" सौम्य शब्दात त्याचा पार खीमा करत तिनं फाटक खोललं. हिरवळीमधल्या नागमोडी रस्त्यानं हळुवारपणे हत्तीची चाल चालत ती बंगल्याच्या पोर्चमध्ये आली.

आपल्या नितंबाच्या प्रत्येक झोल्याला वितळत-वितळत कोवळा राजेश खन्ना एव्हाना डबक्यात रूपांतरीत झाला असेल याची तिला कल्पना होती. म्हणूनच मागे वळूनही पाहिलं नाही तिनं.

नाजूक, लांबसडक बोट बेलवर दाबलं गेलं. आत कुठे तरी "मे आय कम इन?" असा नाजूक आवाजात प्रश्न विचारला गेला आणि ती कौतुकानं हसली.

छान कल्पना होती. बाहेर कोणीतरी आलंय् हे टर्रर्र आवाजानं समजण्यापेक्षा "मे आय कम इन?" नं समजणं केव्हाही चांगलं होतं.

''वेट अ बिट्, प्लीऽज.'' आतून खोलीतून कोणा स्त्रीचा आवाज आला आणि ब्रीफ-केस पायाजवळ ठेवून तिनं हातातल्या पर्समधल्या छोट्या रुमालानं तोंडावरचा घाम टिपला. केसांवरून एक हलकासा हात फिरवला.

सेफ्टी-चेन अडकवल्याचा आवाज आला. बोल्ट खटकन् सरकला. फटीतून एक हसतमुख चेहरा दिसला. चेन काढली गेली. दरवाजा उघडला गेला.

''गुड नून, मॅडम'' स्वरात संपूर्ण गोडवा ओतत ती म्हणाली, ''मी जरा आत येऊ का?''

''ये ना, ये.'' आतल्या स्त्रीनं बाजूला होत तिला आत यायला वाट करून दिली. ती आत शिरली.

''कोण हवंय तुला?''

''तुम्हीच.'' ती मंदपणे हसत म्हणाली आणि समोरची स्त्री जरा गोंधळात पडली. या तरुणीला तर पूर्वी आपण कधीच पाहिलं नाही!

''मी?... माझ्याकडे काम आहे तुझं?'' तिनं आश्चर्यानं विचारलं.

''हो.'' तिच्या मनाचा गोंधळ तसाच ठेवत ती म्हणाली, ''माझं नाव तारा मनोहर.''

''सॉरी, मी...मला आठवत नाही आपली कुठे ओळख झाली ते?'' अपराधी स्वरात ती स्त्री म्हणाली आणि तारा खळाळून हसली.

''तुम्हाला कसं आठवेल मिसेस गरुडाचार्य...''

''म्हणजे?''

''पहिल्यांदाच पाहत आहोत ना आपण एकमेकींना!''

''ओह!...नॉटी!'' गालावर खळी पाडून हसत मिसेस् गरुडाचार्य उद्गारली.

''तू नक्की सेल्स-गर्ल आहेस.''

''बरोबर ओळखलंत तुम्ही. मी माझ्याजवळच्या काही वस्तू तुम्हाला दाखवण्याकरता आलेय्. पण मी तुमच्याजवळ सेल्समनशिप नाही करणार. त्यातल्या ज्या खरंच चांगल्या वस्तू असतील त्या मी रेकमेन्ड करीन. घ्यायच्या का नाही ते तुम्ही ठरवा.'' तारा अगदी जवळीक असल्यासारखं

दाखवत म्हणाली. पण तोही सेल्समनशिपचाच एक भाग होता. इतर गिऱ्हाईकांपेक्षा आपले आणि विक्रेत्याचे संबंध जास्त फ्रेंडली आहेत असं एकदा गिऱ्हाईकाला वाटलं, की ते वाटेल ते विकत घेतात.

''एजन्सी आहे का कसली?''

''एजन्सी नाही म्हणता येणार. मन्थली बेसीसवर पगार मिळतो मला. अर्थात, पगार दिला तरी मी कमिशन-बेसीस इतकं, किंवा, सुरक्षितता मिळाल्यामुळे जास्त काम करेन, याची कंपनीला खात्री पटल्यानंतर मला पगारी म्हणून स्टाफमध्ये घेतलंय्. मागच्या वर्षीपर्यंत मी कमिशन-बेसीस वरच काम करत होते. जरा पाणी देता का?''

''हो. आणते हं.'' मिसेस गरुडाचार्य म्हणाली आणि पाणी आणण्याकरता आत निघून गेली.

ती आत जाताच ताराची नजर हॉलवरनं फिरली. माणसाचा हॉल पाहिला तरी गिऱ्हाईक किती रुपयांचं आहे हे लक्षात येतं सेल्समनच्या. हॉलच्या डेकोरेशनवरूनच माणसाच्या आवडी-निवडी, त्याची कलात्मकता, त्याची खर्च करण्याची पात्रता आणि इच्छा या सर्व गोष्टींची कल्पना येते.

गरुडाचार्यांचा संसार आटोपशीर असावा. हॉलमध्ये दोन टी-पॉय् होते. दोन कोच, दोन गुबगुबीत खुर्च्या, एक टेबल, टेबलावर स्लाइडिंग ग्लासचं रॅक, त्यात नीट रचलेली दहा-बारा पुस्तकं. खिडक्यांजवळ भिंतीवर टांगलेल्या फ्लॉवर-पॉटमधे ताजे गुलाब. खिडक्यांवर गुलाबी रंगाचे जाड हँडलूमचे पडदे. भिंतीवर कुठे चित्र नाही, कॅलेन्डर नाही, फोटो नाही...काही नाही. भिंती आरशासारख्या स्वच्छ. त्यावर निळा ऑईलपेन्ट.

गरुडाचार्यला भडक राहणी पसंत नसावी.

''घे...पाणी हवं ना?'' आतून बाहेर येतानाच तिनं विचारलं आणि तिच्याकडे पाहिलं.

''सरबत कशाला करत बसलात?'' तिच्या हातातल्या मोठ्या बंपरकडे पाहत तारानं विचारलं.

''घे ग. दुपारची वेळ आहे. बरं वाटेल जरा.''

मग आढे-वेढे न घेता तिनं सरबत संपवलं. खरंच हुशारी वाटली

तिला.

"ताई, तुमच्या...राग नाही ना आला, ताई म्हटलं म्हणून?"

"नाही, तू ताईच म्हण. बाकी हुषार आहेस हं नाती जोडण्यात!" ती कौतुकानं म्हणाली. तारानं तिच्या कॉमेन्टकडे दुर्लक्ष करत पुन्हा बोलायला सुरुवात केली.

"तुमच्याकरता खास काही वस्तू आहेत. तुमची आणि माझी आवड जुळेल असं वाटतंय् मला."

"कोणत्या कंपनीची प्रॉडक्टस् आहेत? काय आहे?"

"ऑल ॲट अ ग्लान्स प्रा. लि." ची सेल्स गर्ल आहे मी. आमची कंपनी म्हणजे डिपार्टमेन्टल स्टोअरच्या पुढचं पाऊल आहे. डिपार्टमेन्टल स्टोअरला तुम्ही गेलात की तिथे तुम्हाला अगदी स्टोव्हच्या काकड्यापासून भरजरी शालूपर्यंत सर्व काही मिळू शकतं. पण तेवढ्याकरता तुम्हाला तिथे जावं लागतं. लोकांचे हे कष्ट, आणि त्यांचा वेळ वाचावा म्हणून आमच्या 'ग्लान्स'नं दोन वर्षांपूर्वी नवी योजना सुरू केली.

"आपल्या सेल्समनना लोकांच्या घरी पाठवायचं. त्यांना सगळ्या मालाचे नमुने दाखवावयाचे. कस्टमरला काय हवं ते उतरवून घ्यायचं. नंतर त्याच्या पत्त्यावर पार्सल पोचवून द्यायचं."

"हे काम कोण करतं?"

"कोणीही. माल जास्त असेल तर आम्ही आमचा टेंपो वापरतो, नाही तर नोकराबरोबर माल आणि बिल पाठवून देतो."

"म्हणजे, तुम्ही मला आत्ता वस्तू फक्त दाखवणार?"

"नाही-नाही. तसं नाही. तुम्हाला ब्रीफ-केसमधलंच काही आवडलं तर ते घेऊ शकता तुम्ही." ब्रीफ-केस उघडत तारा म्हणाली.

तिची ब्रीफ-केस म्हणजे अलीबाबाची गुहाच होती, जणू. साड्यांचा अल्बम, ब्लाऊज-पीसेसचा अल्बम, एक पॅन्टस्च्या एक शर्टस्च्या व्हरायटीज्चा...एका बाजूला कॉस्मेटिक्सची सॅम्पलस् आणि रेडिओ, टी.व्ही. फर्निचर्स...निरनिराळ्या वस्तूंचे कॅटलॉग्ज्.

"काय ग, तुझ्या एवढ्याशा ब्रीफ-केसमधे सगळं जग मावलंय्

की!'' कौतुकानं आतल्या कन्टेन्टस् पाहत गरूडाचार्य म्हणाली.

"काय करणार ताई, इतकं बरोबर असलं तरी कमी पडतं. आमच्याकडे अगदी तिखट,मीठ,मसाल्यापासून सगळं मिळतं. काय काय बरोबर ठेवू?''

"ए, लहान मुलाकरता चांगले रेडीमेड सूटस् आहेत का ग?''

"हो. मुलगा आहे का तुम्हाला?''

"हं. पुढ्चा आठवड्यात वाढदिवस आहे त्याचा. त्यावेळी त्याला काहीतरी घ्यायचंय्.''

"किती वर्षांचा आहे तो?''

"आठवं लागेल.''

"दिसत नाही तो कुठे?''

"अय्या! शाळेत नाही का जाणार?''

"कसा आहे? म्हणजे त्याला शोभेल असा रंग काढू आपण आणि त्याला एक बायसिकल का नाही घेऊन देत तुम्ही? आमच्याकडे मेट्रोच्या नव्या बायसिकल्स् आल्यात. एकदम छोट्या. साइडला सेफ्टी-व्हील्स् आहेत. पडणार नाही...शिवाय उचलायला हलकी. फायबर-ग्लासची आहे.''

"तू असं करतेस?...रात्री परत येतेस?''

"रात्री?''

"हं, माझे मिस्टर संध्याकाळी सातला घरी येतील. तेव्हाच डिस्कस करू आपण. त्यांनाही काही तरी घेऊ या. मलाही साडी पाहू. जमेल यायला?''

"आज जमेल. कारण आज मी ऑर्डर्स गोळा करण्याकरता खारच निवडलं आहे.''

"एवढं सगळं पायी हिंडलीस तू?''

"छे! कंपनीची कार आहे माझ्याजवळ. एकाच लेनमध्ये शिरल्यावर बरीच घरं कव्हर करायला लागतात ना. मग सारखी दहा-वीस फुटांना कुठे कार थांबवत बसू? त्यापेक्षा त्या एरियाच्या सेन्ट्रल पोस्टला कार ठेवायची आणि तास-दोन तासांनी कलेक्ट करायची.''

"सी.सी. पार्किंग-लॉटला ठेवलीस कार? मग चांगलं तीन चार

फर्लांग चालावं लागणार तुला.''

"चालायचं काही विशेष वाटत नाही. सतत कारमधे बसूनच उलट कसं उबगल्यासारखं वाटतं.'' ब्रीफकेसचं झाकण बंद करत तारा म्हणाली. "ताई, चलू मी? रात्री साडेसातच्या दरम्यानं नक्की येईन. तुमच्या मिस्टरांचीही गाठ पडेल आणि छोटूशी पण गट्टी होईल.''

"ताबडतोब. कुमार अगदी खेळकर आहे. त्यालाही तुझ्यासारखं खूप बडबडायला लागतं. फोटो पाह्यचाय कुमारचा?...ये दाखवते!''

ब्रीफ केस उचलता-उचलता तारानं पुन्हा खाली ठेवली. लगबगीनं ती गरुडाचार्यच्या मागे पळाली.

"तुमच्या हॉलमध्ये एकही फोटो नाही का हो?''

"अं हं. नाही आवडत मला, जिवंत माणसं भिंतीवर टांगायला!'' एका खोलीची कडी सरकवत ती म्हणाली. तिचा शब्दप्रयोग ऐकून तारा मनापासून हसली.

"फोटो खूप आहेत हं. ते कपाट सगळं माझ्या लहानपणीच्या फोटोपासून आत्ताच्या फोटोंनी भरलंय्. पण काही सिलेक्टेड, आर्टिस्टिक फोटोंचाच अल्बम बनवलाय् मी.''

तिनं स्टीलच्या कपाटाचं हँडल फिरवलं. कपाटाचं जड दार अजिबात आवाज न करता उघडलं गेलं. खालच्या कप्प्यातून एक जाड अल्बम काढून ताराच्या हातात देत तिनं पुन्हा कपाट लावलं.

"यात माझे, माझ्या मिस्टरांचे आणि कुमारचे लेटेस्ट फोटो आहेत. बसून बघ ना.''

जड अल्बम मांडीवर ठेवत तारा दिवाणावर बसली. तिनं पहिलं पान उलगडलं. स्केच पेन्सचे निरनिराळे रंग उपयोगात आणून डिझाईन्स काढलेली होती. मध्ये मि. अँड मिसेस गरुडाचार्य ही अक्षरं रंगवली होती.

"हे काम माझंच. या अल्बमचं सगळं डेकोरेटिव्ह वर्क मी केलंय्. त्या बाबतीत हे आळशी आहेत. आळशी म्हणण्यापेक्षा तेवढा वेळच नसतो त्यांना. आठवड्यातले जेमतेम तीन दिवस घरी असतात ते.''

"तीन दिवस?'' पान उलटता-उलटता थांबत तिनं विचारलं.

"हो ना. सोमवारी संध्याकाळी सात वाजता येतात. गुरुवारी सकाळी सातला जातात!"

"कुठे काम करतात ते?"

"काम नाही करत. त्यांचा बिझनेस आहे. आणि टु बी फ्रॅन्क, मला तो माहीत नाही."

"पण त्यांच्या धंद्याचं स्वरूप नाही माहिती तुम्हाला?"

'काय करायचंय्? मी या मताची आहे. ते दर महिन्याला अडीच हजार रुपये खर्चायला देतात ना?...बस्स! उगाच बायकांनी फार चौकशा करू नयेत. ज्या अर्थी ते दर महिन्याला एक रेग्युलर सम घरात देऊ शकतायत त्याअर्थी ते काही तरी फिक्सड बिझनेस करत असले पाहिजेत."

"ताई, कमाल आहे तुमची! किती वर्षं चाललंय् हो हे?"

"लग्नापासून! लग्नाला दहा वर्षं झाली आमच्या."

"आणि तुमच्या मिस्टरांनी तुम्हाला चुकून देखील धंद्याबद्दल सांगितलं नाही आणि तुम्हीही विचारलं नाही!...दहा वर्षांत! तुम्ही दोघंही धन्य आहात!" तारा म्हणाली आणि खाली मान घालून तिनं पहिलं पान उलटलं.

पहिलाच फोटो...!

"हे...हे"

"हे-हे काय करतेस? मिस्टर आहेत माझे ते! रिसेन्टली, लग्नाच्या दहाव्या सेलिब्रेशनला काढला फोटो हा."

तारा विस्फारीत नेत्रांनी फोटोकडे पाहत होती. फोटोकडे पाहता पाहता तिच्या हृदयाची स्पंदनं आटोक्याबाहेर चालली होती.

या माणसाला तिनं पाहिलं होतं. बऱ्याचदा पाहिलं होतं. अगदी जवळून. पण...

"काय गं तारा, काय झालं?" तिचा अस्वस्थपणा लक्षात येताच गरुडाचार्यनं विचारलं.

"काही नाही ताई, पाहतीय, इतका हॅंडसम नवरा तुम्ही कुठून शोधून काढलात! लग्नाचं वय झालं ना माझं!" स्वतःला सावरून घेत तारा म्हणाली.

“शारंग लग्नाच्या वेळी तर फारच सुंदर होता. आता त्याचे केस थोडे विरळ झालेत. अर्थात तू अजून पाहिलं नाहीस त्याला. हार्डली तिशीच्या आत बाहेरचाच वाटतो.”

“मग किती वर्षांचे आहेत ते?”

“तो? मीच बत्तीस वर्षांची आहे! शारंगला पस्तिसावं लागेल आता!”

“खरं नाही वाटत ताई!” फोटोचं बारकाईनं निरीक्षण करत तारा म्हणाली.

तेच रुंद कपाळ...तीच पसरट जिवणी---तेच तरतरीत नाक. तीच हेअर स्टाईल......तेच भेदक डोळे--तीच हास्याची लकब! फक्त-

तो तोच नाही!

इन्टरेस्टिंग. या माणसाला प्रत्यक्ष पहायला मजा वाटेल.

“ताई, मी जाऊ आता?”

“अगं, कुमारचा फोटो बघायचाय ना? का कुमारचा फोटो बघायच्या बहाण्यानं शारंगचा पाहून घेतला?” गुरुडाचार्यनं तिच्या लुसलुशीत पोटाला एक बारीक चिमटा काढत विचारलं, अन् तारा लाजली.

“तसं नाही ताई. तुमचं काहीतरीच! कुमार प्रत्यक्षात नाही का भेटणार सातला? एक महत्त्वाची ॲपॉइन्टमेन्ट आहे मला. येते मी.”

तारानं घाईघाईनं अल्बम दिवाणवर ठेवला आणि गरुडाचार्यला काय वाटलं असेल याचा विचारही न करता ती झरझर दिवाणखान्यात आली. ब्रीफकेस उचलून चालायला लागली.

“ये हं संध्याकाळी. असं कर जेवायलाच ये.” तिला गेटपर्यंत पोचवायला येत गरुडाचार्य म्हणाली.

“येईन मी. पण तुमचे मिस्टर काय म्हणतील?”

“ते काही नाही म्हणत. मी त्यांना सांगेन, माझी ही छोटीशी मैत्रीण आहे म्हणून.”

“बरं, येईन. जेवायला येईन.”तारा म्हणाली आणि रस्त्याला लागली. चांगली संधी मिळणार होती तिला.

चार ब्लॉक्स ओलांडून ती सी.सी. पार्किंग लॉटला आली. तिनं

रोमधून अगदी सफाईनं कार बाहेर काढली.

क्षणात प्लॅन बदलला होता तिनं. खार विभाग उद्यावर ढकलला होता. तिची कार सरळ बॉम्बेच्या दिशेनं पिसाटासारखी धावत निघाली होती.

काही मिनिटातच तिनं वेस्टर्न एक्सप्रेस हाय-वे सोडला आणि तिची कार माहीम-कॉजवे पार करून माहीम विभागात शिरली. माहीम फोर्ट दिवाळीतल्या किल्ल्यासारखा दिसण्याइतपत मागे पडला. सावरकर मार्गाने कार दादरमधे घुसली.

शिवाजी पार्कच्या एरियातली संध्याकाळची गर्दी तिच्या स्पीडला सतत खीळ घालत होती. आणि तरीही तिनं कॉम्प्रोमाइज केलं नव्हतं.

शेवटी सेन्चुरी बझार जवळ येताच कारनं लेफ्ट टर्न मारला. सेन्चुरी बझार जवळच्याच 'सी-ग्लान्स'समोर कार गचकन् थांबली.

"सी-ग्लान्स!"

सली सलढाणा या एकमेव मालकाची गगनचुंबी इमारत. या सलीनंच काही वर्षांपूर्वी 'ऑल ॲट अ ग्लान्स' ची कल्पना काढली होती. तिला मूर्त स्वरुप दिलं होतं. त्यावेळी ग्लान्सचं ऑफीस एका दुसऱ्याच ऑफिसला होतं. करसपॉन्डन्स पुरतं त्याला एक टेबल आणि त्या बिल्डिंगचा पत्ता मिळाला होता.

आणि त्यातूनच आज 'सी ग्लॉन्स'ची इमारत डौलात उभी होती.

तळ मजल्याला बिन्नी आणि ग्वालियरच्या शोरुम्स होत्या. अर्धा भाग कॉस्मॉपॉलिटन को ऑप. बँकेनं व्यापला होता. फर्स्ट फ्लोअर आणि सेकन्डला प्रायव्हेट कन्सर्न्सची ऑफिसेस होती. थर्ड फ्लोअर एका प्रशस्त बार ॲन्ड रेस्टॉरन्टनं फुल होता. फोर्थला 'ॲट अ ग्लान्स'चे ऑफिस, शोरुम व गोडाऊन होतं. फुल पाचवा मजला सलीनं राहण्याकरता ठेवला होता.

'सी ग्लान्स'चं एक वैशिष्ट्य होतं. तिची कार पार्किंग प्लेस बेसमेन्टला नव्हती. प्रत्येक मजल्यावर पार्किंग करता जागा होती. लिफ्ट, कार आत घेण्याइतकी प्रशस्त होती!

तारा कारमधून खाली उतरली. तिनं लिफ्टचं बटण दाबलं. स्थिर असलेला लाल दिवा बदलला. हिरवा बाण खाली खाली यायला लागला.

ती पुन्हा कारमधे शिरली. एन्जिन स्टार्ट करून तिनं कार लिफ्टच्या तोंडाशी आणून उभी केली.

ग्राउन्ड फ्लोअरला लिफ्ट थांबताच लिफ्टमननं दार उघडलं. तो बाजूला झाला. संथपणे तिची कार लिफ्टमधे शिरली.

"फिफ्थ."

"फिफ्थ ऑर फोर, मैम?"

"फिफ्थ आय सेड."

सर्रकन् दरवाजा बंद झाला. बटण प्रेस केलं गेलं. लिफ्ट वरच्या दिशेनं निघाली. पाचव्या माळ्यावर येताच गचकन् थांबली.

लिफ्टमननं लिफ्टचं दार उघडलं. रिव्हर्स मारत संथपणे कार बाहेर आली. शॉर्ट-टर्न घेऊन पार्किंग लॉटला उभी राहिली.

तारानं प्लेसवरून नजर फिरवली.

के.एल.जे ६ ३ बुमर पार्किंगला विश्रांती घेत होती. कंपनीच्या आणखी दोन तीन कार्स उभ्या होत्या.

खांदे उडवत तिनं इग्निशन की काढून घेतली. ब्रीफकेस घेऊन ती खाली उतरली. कारचे चारही दरवाजे लॉक्ड करून ती सलढाणाच्या फ्लॅट पर्यंत आली.

बेल दाबताच दरवाजा उघडला गेला. दारात सलीची बायको उभी होती. विमी सलढाणा. ताराची क्लासमेट. विमीमुळेच तिला हा जॉब मिळाला होता. आणि आता तर ती त्यांच्याचकडे राहत होती.

"हाय तारा!"

"हाय."

"लवकर परतलीस? नॉट लागला कुठे?"

"नाही."

"बरं नाही का तुला?"

"काही नाही तसं."

"मग लौकर का आलीस?"

"कंटाळा आला."

"तारा-"

"सॉरी, विमी, माय डिअर" लाडं लाडं तारा म्हणाली, "अजून फुल आठवडा पडलाय मेक्‌अपला."

"फार कंटाळा करतेस हं हल्ली तारा तू."

"नाही ग. प्लीऽज रागावू नकोस."

"निदान खारपर्यंत गेली तरी होतीस का?"

"माय गुडनेस! तुला काय म्हणायचंय विमी, सकाळी नऊपासून दुपारी दोनपर्यंत मी फक्त पेट्रोल नासत होते? मी मालकीण नसले तरी मलाही कंपनीबद्दल काही वाटतच की."

"चल! खट्याळ आहेस तू. विमीला चांगली ओळखून आहेस. चिडले तर काय करावं ते चांगलं माहितीय तुला."

"सली गेला?"

"अचानक! काही काम होतं का?"

"रिपोर्ट करते ना."

"काम केलंयस का काही?"

"खरंच केलंय. नऊ कस्टमर्सची मिळून सहा हजार तीनशे रुपयांची ऑर्डर कलेक्ट केलीय. दहाव्याची ॲपॉइन्टमेन्ट घेतलीय."

"उद्याची?"

"नाही. आत्ता...सात वाजता जेवायलाच जायचंय."

"कोण गं?"

"अगं, ती चाळीस नंबर. मिसेस गरुडाचार्य. तूच तर पत्ता दिलास ना?"

"मग एकदम जेवायला आमंत्रण?"

"सहज ये म्हणाली. मिस्टरांचीही गाठ पडेल आणि ऑर्डरही प्लेस करता येईल."

"गिऱ्हाईक मोठं आहे?"

"ते तिच्या नवऱ्याला पाहिल्यावर समजेल. पण गिऱ्हाईक सॉलीड असावं."

"मग बावळे, थांबायचं नाही का? जा-जा ये-ये कशाला?"

“का ग? माझ्या येण्यानं तुम्हाला डिस्टर्ब...”

“मुळीच नाही!”

मागच्या दरवाजातून आवाज आला आणि तारानं कचकन् जीभ चावली. सलीचा आवाज होता तो.

सली आत आला. दोघींकडे पाहून हसला. खिडकीजवळच्या ईझी चेअरमध्ये बसला.

तोच!...तोच रंग...तेच नाक...तेच डोळे...

सगळं तेच! फक्त...

फोटोतला तो हा नाही!

शारंग आणि सलीच्या दिसण्यातल्या साम्याची गंमत ती दोघांना सांगणार होती. पण तिने शब्द परतवले.

साडे-सातला शारंगला प्रत्यक्ष भेटणारच आहोत. खात्री करून घेऊन मग सांगू गंमत.

सली आणि शारंग...

एक असतील?

हँ! पण...

एक गोष्ट तर जुळण्यासारखी...

“तारा, बेटीऽ विचारात पडली गऽ ती माझी बया!” तिला ढोसत विमी म्हणाली आणि तारा भानावर आली.

“मी...मी कशाला विचारात पडतीय?”

“असं ना? मग सांग बरं, मी काय विचारलं ते!” शांतपणे तिच्या तोंडाकडे पहात सली म्हणाला आणि ती ओशाळली.

“एकच प्रश्न तीनदा विचारला बबडू तुला मी!”

सली तिला बबडू म्हणाला की तिला फार राग यायचा. आणि तिला डिवचण्याकरता दिवसातून दहा वेळा तरी तिला तो बबडू म्हणायचा.

“काय विचारलंस?” तुटक स्वरात तिनं विचारलं.

“मी विचारत होतो, आजचा रिपोर्ट काय?”

“नऊ कस्टमर्स, सहा हजारा तीनशे, एक अॅपॉइन्टमेन्ट!” हॉटेलात

गेल्यावर खाद्यपदार्थाचा मेनू सांगावा तशा पद्धतीनं ती म्हणाली आणि सली आणि विमी मनापासून हसले.

"तारा, अॅपॉइन्टमेन्ट कुठे आहे तुझी?" सलीनं विचारलं अन् तिच्या मनात एक कल्पना चमकून गेली.

"खारला."

"खार? मला त्या बाजूला जायचंय. अर्धा तास थांबत असशील तर बघ. मी सोडतो."

"थांबते."

"खारला कुठे?"

"तू मला सी.सी.ला सोड."

"त्यापेक्षा तू मला सी.सी.ला सोड, कार घेऊन जा."

"तरी चालेल."

वेळेच्या बाबतीत सली घड्याळाच्या सेकंद काट्यालाही लाजवेल असा होता. अर्धा तास म्हणजे अर्धातास! एकतिसावा मिनीट नाही. मोजून तिसाव्या मिनिटाला तो अगदी वेल-ड्रेसड् उभा होता तारा समोर.

"विमी, मी बबडूला घेऊन जातो."

"ए, बबडू नको म्हणू रे, लहान आहे का ती?" हसू दाबत विमी म्हणाली आणि फणकाऱ्यानं नाक उडवत तारा ब्रीफ-केसकडे गेली.

"कस्टमर?"

"कस्टमार"

"नंतर मात्र दादर ते खारपर्यंत दोघं एका शब्दानंही बोलले नाहीत. तो रस्त्यावर नजर ठेवून कार चालवत होता. ती त्याच्याकडे पहात विचार करत होती.

सी.सी.ला येताच तिनं बुमर थांबवली. तो खाली उतरला.

"गुड नाईट!"

तो लांब लांब ढांगा टाकत निघून गेला. पण...

त्याच्या जाण्याची दिशा निराळी होती. तिला अपेक्षित असलेली दिशा नव्हती ती.

खांदे उडवत तिनं एकदा रिस्ट-वॉचवर नजर टाकली. सात वाजत आले होते. थोडं लवकर गेलं तरी हरकत नव्हती.

तिनं सरळ कार गिअरमध्ये टाकली. ती गरुडाचार्यच्या बंगल्यापाशी आली. बूमर आत नेण्याच्या फंदात न पडता तिनं ती रस्त्याच्या कडेलाच लावली. कार लॉकड् करून, ब्रीफ केस सावरत ती आत शिरली.

याही वेळी कोवळू खन्ना तिच्याकडे पहात होता. पण तिच्या नजरेला नजर नव्हती दिली त्यानं.

गरुडाचार्यानं तिचं मनापासून स्वागत केलं. तिच्या मागे एक लाल भोपळा उभा होता. तोच कुमार असावा बहुतेक!

त्याच्याकडे पाहूनच तिला हसायला यायला लागलं होतं. खरं तर, तिच्या दोन्ही मांड्या मिळून सुद्धा त्याची एक मांडी झाली नसती!

"अम्मा, हीच का ग ती?"

"हा, हीच ताराबाई."

"अय्यंय्योऽ!" सर्वांगसुंदर 'सुकुमार' शरीर थबथबा नाचवत कुमार नावाचं ते आठ वर्षांचं बालक हेल काढून ओरडलं आणि तारा फस्स्दिशी हसली. हसू दाबण्याच्या प्रयत्नात तिचं हसणं विचित्र मात्र झालं होतं.

तिला तसं हसताना पाहून कुमार आणखीनच खूष झाला. चारी बाजूंना उड्या मारत नाचायला लागला.

"पाहिलंस, अस्सा नाचत बसतो सारखा!......वाळलाय् किती!"

हे वाक्य म्हणजे विनोदाचा कळस होता!

नंतर आठपर्यंत ती त्या कुमार नामक बालकाशी असंच खेळत होती. त्याच्याकडून अनंत लीला करवून घेत होती. आणि त्याचं कौतुक करतोयंस दाखवत मनसोक्त हसत होती.

घड्याळात आठचे टोल पडले आणि मग मात्र गरुडाचार्यची आत बाहेर, आत-बाहेर करायला सुरुवात झाली. वेळेच्या बाबतीत अगदी काटेकोर असणारा नवरा आज नेमका अजून कसा आला नाही याबद्दल तिला चिंता वाटत होती.

तो येणार नव्हताच! तारा मनाशीच म्हणाली. इथपर्यंत आला असता

तरी ताराला आत पाहून बाहेरच्या बाहेर कटला असता.

"ताई, तुमचे मिस्टर कधी येणार?" तिनं मुद्दाम विचारलं.

"मी तोच विचार करतेय ग. दर सोमवारी सातला हजर होतात बघ. कधी सात पाच सुद्धा झालेले नाहीत."

"पण...पण मला उशीर होतो ना."

"तू जेवतेस का?"

"जेवण...?" जणू आपल्या काही लक्षातच नाही अशा थाटात ती ओरडली. "माय गॉड! साफ विसरले हो ताई मी. नेहमीच्या सवयीप्रमाणे सी.सी.जवळच्या एका रेस्टॉरन्टमधे जेवण घेतलं मी!"

"इश्श! काय ग हे असं? तुझ्याकरता म्हणून मी कितीतरी पदार्थ केले. कोण खाणार आता ते?"

"अम्मा...मी खाईन!" कुमार कळवळून ओरडला. पदार्थ वाया जातो म्हणजे काय! अन्नाशी ईमान राखलं म्हणून तर त्याला हे बाळसं मिळालं होतं.

"गप रे तू!" त्याच्यावर वैतागत गरुडाचार्य म्हणाली आणि पुन्हा ताराकडे वळली, "ए, तू जेवून जा."

"अहो ताई, मी जेवले आहे. मला खरंच भूक नाही."

"मग पुन्हा येशील?"

"येईन. प्रॉमिस. अगदी अचानक येईन आणि म्हणेन, वाढा मला!"

"कुमार, ताईला गुड नाईट कर."

खाडकन् पाय आपटत गुणी बाळ उभं राहिलं. सगळं शरीर दलदल दलदल करत बोललं.

"गुड नाईट."

"गुड नाईट." हसू रोखत ती म्हणाली आणि बाहेर पडली.

शारंग गरुडाचार्य आणि सली सलढाणा ही एकच व्यक्ती होती! तिच्या मनात आता कसलाही संशय राहिला नव्हता.

काय करावं?

विमीला सांगावं सगळं?

विचका होईल तिच्या संसाराचा.

असंच चालू द्यावं?

विमीशी लग्न झाल्यापासून चार वर्षं डबल मॅन म्हणून जगतोय तो. अजून गरुडाचार्य त्याला शारंग म्हणून ओळखतीय. विमी सली म्हणून मानतीय. आपण जर काही माहीतच नाही असं दाखवलं तर?

दोन संसार, दोन घरं उद्ध्वस्त होण्यापासून बचावतील.

बस्स! हे कोणालाही सांगायचं नाही.

विचारांच्या नादात कारपर्यंत केव्हा आली तेच तिला समजलं नाही. कारपाशी येताच ती विलक्षण दचकली.

बॉनेटवर दोन्ही कोपर टेकून एक तरुण शिष्ठासारखा आकाशातले तारे मोजण्यात गुंग झाला होता.

"ए मिस्टर..." सावध होत ती गुरकावली आणि तरुण झटकन् बाजूला झाला.

"सॉरी. ही बूमर तुमची आहे का?"

"होय."

"आय लाइक बूमर."

"आय डोंन्ट लाइक यू."

"मे बी. मी फक्त एक विनंती करणार आहे."

"बोला."

"मला फक्त माहीम फोर्टपर्यंत सोडा."

"सॉरी, मी रिस्क घेणार नाही. तुम्ही दूर व्हा."

"वेट-वेट मिस् सौंदर्यवती, तुमचा गैरसमज झालेला दिसतोय. मी कोणी संधी साधू आवारा नाही. टॅक्सी करून जाणार तेवढ्यात बूमर दिसली म्हणून जरासा थांबलो. बूमरमधून प्रवास करणं फार आवडतं मला. आता माझ्यासारख्या तरुणाला कारमधे घेण्यात काहीच धोका नाही. रहदारी अजून चालू आहे. आणि..." हिप-पॉकेटमधे हात घालून एक रिव्हॉल्व्हर काढत तो म्हणाला,"कीप इट वुइथ यू. तशीच वेळ आली तर मला शूट करा,'व्हॉट'स् द ट्रबल नाऊ?"

"नथिंग" रिव्हॉल्व्हर हातात घेत ती म्हणाली,"सोडते तुम्हाला मी पण...डो'न्ट ट्राय टु मेक पासेस."

"नेव्हर...नेव्हर...नेव्हर, माय मिस, आय गिव्ह दाऊ प्रॉमिस" तिच्या शेजारच्या सीटवर बसत तो म्हणाला,"आय ॲम इन्टरेस्टेड ओनली इन कार मॉडेल्स्."

तिनं डाव्या हातात रिव्हॉल्व्हर गच्च पकडलं. एक बोट ट्रिगर वर ठेवलं आणि मगच बूमर सुरू केली.

दोन तीन मिनिटं तो मेकॅनिझम बघण्यात गुंतला होता. रोडवर लक्ष ठेवत असतानाच डोळ्यांच्या कडातून ती त्याच्याकडेही पहात होती. पाच एक मिनिटांनी ती बरीच रिलॅक्सड् झाली. इट वॉज ऑल राइट. खरोखरच कार्सचा फॅन होता तो.

कलानगरकडे वळणाऱ्या रस्त्याच्या कॉर्नरला येईपर्यंत तरी काही झालं नाही. कॉर्नरपाशी बूमर येताच तो हुंकारला.

"हं. जस्ट अ मिनिट."

"अं?"

"पाच मिनिटांकरता कार थांबव."

"का?'

"त्या पहिल्या इमारतीत मला एक निरोप सांगायचाय्."

"ही टॅक्सी नाही."

"मिस् प्लीऽज. पळत जातो आणि पळत येतो."

तिनं लिंक रोडच्या कॉर्नरला बूमर थांबवली.

"थँक यू. तुम्हाला पाहून मला माझ्या धाकट्या बहिणीची आठवण येते."

"मी पाच मिनीटं वाट पाहीन." त्याच्या कॉमेन्टकडे दुर्लक्ष करत ती कोरड्या स्वरात म्हणाली.

"तू कायम हरी मिर्चं खाते काय, मिस्?"

"नन् ऑफ युवर बिझनेस."

"ऑल राइट, ऑल राइट. चार मिनिटांत येतो. ओ.के.?"

"शूट."

तो खरोखरच लहान पोरासारखा पळत पळत गेला. पिवळ्या इमारतीत गडप झाला.

एक मिनीट...दोन मिनिटं...पाच मिनिटं!

सातव्या मिनिटालाही तो आला नाही अन् मग मात्र तिनं त्याची वाट पाहण्याचा नाद सोडून दिला.

फक्क्न गेअर टाकून कार सुरू झाली. जेमतेम पन्नास फूट पुढे गेली आणि गचकन् थांबली.

रिव्हॉल्व्हर? त्याचं काय करायचं? राहिलं ना ते.

असू देत. काही बिघडत नाही. लपवून ठेवता येईल कुठेतरी. कदाचित...

आपलं रहस्य ताराला समजलं म्हणून सलीनं अगदीच शो डाऊन दिला तर त्याला धमकावण्याकरता तरी उपयोगी पडेल! कोणाला दिसलं नाही की झालं.

आपण आयुष्यातली सर्वात मोठी चूक करत आहोत याची तिला अजिबात कल्पना नव्हती!

रियली, शी वॉज दॅट मच इनोसन्ट!

एक रिव्हॉल्व्हर. दूऽर...दूऽर...पण ठळकपणे आकार जाणवणारं, कोणाच्या तरी हातात.

कोण आहे तो? कोणाच्या हातात रिव्हॉल्व्हर आहे?

फक्त दोन डोळे. थंडगाऽऽर.

एक हाताचा पंजा फर्मली रिव्हॉल्व्हरच्या बटवर स्थिरावलेला. एक बोट ट्रिगरवर.

कोण आहे?...कोण आहे?

रिव्हॉल्व्हरचा आकार किंचित मोठा होतोय्!

अं?...पुढे पुढे येतंय?''

नऽको...प्लीऽज...प्लीज...नळी माझ्यावर रोखू नका. प्लीऽज...मी कोणाला, काहीही सांगणार नाही! विश्वास ठेवा...विश्वास...वि... कसला

स्पर्श हा कपाळाला?...थंडगार!

अं!

रिव्हॉल्व्हरची नळी!

ट्रिगरवरचं बोट किंचित पुढेमागे होतंय्.

नका मारू!...प्लीज...सली, सांग त्यांना, सली...मी तुझं रहस्य...

ओह गॉड! सली, तुझाच हात आहे तो!...तुझा?

ट्रिगरवरचं बोट अत्यंत शांतपणे दाबलं गेलं अन्...

तारा तटकन् उठून बसली! तिची कावरीबावरी नजर रुमवरुन फिरली.

तिच्याशिवाय खोलीत कोणीही नव्हतं. दरवाजाला आतून कडी होती.

"ओह!...डॅम् इट!" पायावरनं पांघरुण झुगारत ती पुटपुटली. तिनं दारावरचा टॉवेल ओढला. घामानं डबडबलेलं शरीर खसखसून पुसलं. अजून हृदय धडधडत होतं तिचं.

रिव्हॉल्व्हर जवळ बाळगणं इतकं सोपं नसतं तर!

थरथरत्या हातानं तिनं उशीखालचं रिव्हॉल्व्हर काढलं. एखादा मेलेला उंदीर हातात धरावा तसं तिनं ते हातात घेतलं आणि ती पलंगावरून खाली उतरली.

कुठे लपवावं?

सूटकेस?...नको. होल्ड-ऑल?...अंहं. मग...

हं...

जगातली सर्वात सेफ जागा सापडली होती तिला. तिच्या दृष्टीनं!

संडासाच्या वर छोटा माळा आहे. त्यात सगळी अडगळ भरलीय्.

कोण पहातं तिथं?

ती उत्साहानं संडासात शिरली. हातातलं रिव्हॉल्व्हर तिनं माळ्यावर फेकून दिलं.

सुटले!

पण झोपण्याचा धीर होईना तिला. आधीच झोप लागत नव्हती. मनात नाना प्रकारचे विचार येत होते आणि त्यातून खरी झोप लागली तर...

किती वाजले?...सव्वा तीन?

दोन तासात उजाडेल. तोपर्यंत पडावं जरा.

कोपऱ्यातली केरसुणी तिनं उशीखाली ठेवली. निर्धास्तपणे ती आडवी झाली.

अंथरुणाखाली केरसुणी ठेवल्यावर स्वप्न कशी भुर्रदिशी उडून जातात.

खरं ठरलं तिचं. पहाटे साडे-तीन-पावणेचारच्या सुमाराला तिला झोप लागली.

पण झोप नशिबी नसावी तिच्या.

कोणीतरी जोरजोरात, नॉन-स्टॉप बेल वाजवत होतं.

ती धडपडून उठली. बाहेर आली. विमी त्याचवेळी गाऊन चढवत येत होती.

"बघ ग कोण आहे."

तारानं पुढं होऊन दार उघडलं आणि ती एकदम पांढरीफट्ट पडली. तारवटलेल्या नजरेनं ती समोर पहात राहिली. तिला एक शब्द बोलता येईना.

पोलीस!

"सॉरी, मॅम," तिच्यासमोर स्वतःचा बॅज धरत पुढचा मनुष्य म्हणाला. "मी इ. ब्रिजेश लाल. तुम्हाला झोपेतून जागं करण्याची इच्छा नव्हती. पण काम तसंच महत्त्वाचं होतं. लेट मी कम इन."

निर्जीव बाहुलीसारखी तारा बाजूला झाली.

"व्हॉट ब्रॉट यू हियर, मि. इन्स्पेक्टर?" पुढे येत विमीनं विचारलं.

"मिसेस सलढाणा?"

"येस."

"मॅडम, मला तुमच्या फ्लॅटची झडती घ्यायचीय्!"

"व्हाय?"

"इतक्यात मी कारण सांगू शकत नाही. आणि मी ते न सांगण्यातच भलं आहे. मला झडती घेऊ द्या."

"वॉरन्ट आणलंय्?"

"येस, मॅम."

"स्पेसिफिकली कोणत्या..."

"जेवढा एरिया तुमच्या मालकीचा आहे तेवढा मला तपासायचा आहे."

"ही बिल्डिंगच आमच्या मालकीची आहे!"

"वेळ पडली तर तीही तपासेन."

"झडती घ्या तुम्ही," तीव्र स्वरात विमी म्हणाली,"पण लक्षात ठेवा, झडतीत संशयास्पद असं काही आढळलं नाही, तर...विदिन टू अवर्स; यू विल् बी सस्पेन्डेड!"

"दॅट विल बी सीन. मिसेस सलढाणा, मी ही धमकी समजून त्याची रिपोंट-वहीत नोंद करून घेऊ काय?"

"डू, व्हॉट एव्हर यू लाइक! तारा, त्यांना फ्लॅट दाखव."

ताराच्या तर पायातले त्राणच गेले होते.

ते रिव्हॉल्व्हरकरता तर आले नसतील?

पण कोण सांगणार त्यांना?

ते कशाकरताही आलेले असोत; त्यांना जर रिव्हॉल्व्हर सापडलं तर या इन्स्पेक्टरच्या उलट-सुलट प्रश्नांपुढे आपला निभाव लागेल?

"मिस्, काय नाव तुमचं?"

"तारा."

"तारादेवी, मला सर्वात पहिल्यांदा फ्लॅटमधल्या बेडरूम्स् पाह्यच्या आहेत. दाखवता?"

तिची मान निर्जीवपणे हालली. त्यांना घेऊन ती सलीच्या बेड-रूममधे शिरली.

इन्स्पेक्टरचं झडतीचं तंत्र अजब होतं. झडती म्हणजे नासधूसही अपरिहार्य असते या तिच्या समजुतीला त्यानं धक्का दिला होता.

एकदा रुमवरनं नजर फिरवायची. जिथे संशयास्पद वाटेल तिथेच फक्त हात घालायचा. मग तो मात्र मुळापर्यन्त!

दहा मिनिटात तो ताराच्या बेड-रुममधे शिरला आणि आत शिरल्याशिरल्याच त्यानं पलंगाच्या उशाकडे बोट दाखवलं.

जर तिथे आत्ता रिव्हॉल्व्हर असतं तर?

एका पोलिसानं उशाखालची केरसुणी बाहेर काढली अन् ब्रिज मनापासून हसला.

''कोणाची बेड-रूम ही?''

''म...माझी.''

''तुम्हाला स्वप्नं पडतात वाटतं?''

''हं...होय.''

''नेहमी?''

''नाही.''

''मग आजच पडली?''

''हो. भयाण स्वप्न पडत होती.''

''का, आजच का?''

''मला काय माहीत? माझ्या हातात आहे का ते?''

''होय तारादेवी.'' तो थंड स्वरात म्हणाला, ''माणसाच्या मनावरच अवलंबून असतं ते. मनात भयाण विचार असतील तर स्वप्नं गुलाबी कशी पडणार?''

''नॉनसेन्स!''

''विल डू! मला श्रीमंतांच्या नोकरांच्या शिव्या ऐकायची सवय आहे. आता आपण बाथरूमकडे जाणार आहोत.''

बाथरुममधे तर शिरलादेखील नाही तो.

आता? आता?

''मला संडास दाखवता?''

संपलं! नको ते तिच्या नशिबी आलं होतं!

''तो...तो तुंबलेला आहे. आम्ही वापरत नाही.'' ती कळवळून म्हणाली. त्याचा हात बाँबवर तसाच स्थिरावला.

''असं म्हणता?''

''हं.'' तिला जरा धीर आला होता. तो एक संडास फक्त बघितला जायला नको होता.

''मला संडासला नाही जायचं.'' तटकन् तो म्हणाला आणि त्यानं

अचानक मूठ फिरवून दरवाजा आत लोटला.

त्यानं तिच्याकडे पाहिलं आणि ती थरथरायला लागली. ही हँड हँड हर लाय! संडास स्वच्छ होता.

"गिरमे, फक्त हा संडास अत्यंत काळजीपूर्वक तपास. वरती एक माळा आहे हे विसरू नकोस!"

ब्रिज शांतपणे तिच्याकडे वळला.

"तारादेवी, माफ करा, पण..."

वाक्य अर्धवट सोडून तो तिच्याकडे धावला. तिला भोवळ आली होती.

समथिंग फिशी!

त्यानं तिला उचलून हॉलमध्ये आणली. दिवाणावर ठेवली.

"तिला काय केलंत तुम्ही?" तटकन् डोळे उघडत विमीनं विचारलं.

"नथिंग. तिला चक्कर आलीय्. पाच मिनिटांत..."

"सर..."

गिरमेचा आवाज. त्या पाठोपाठ गिरमेच्या दोन्ही हातात रूमाल. रूमालात काहीतरी वस्तू.

"काय मिळालं गिरमे?"

"सर, रिव्हॉल्व्हर आहे. त्यावर सायलेन्सर बसवलाय्!"

विमी ताडकन् उठून उभी राहिली. ती खवळून ब्रिजकडे पहात होती.

"इन्स्पेक्टर, धिस इज प्लान्टेड इव्हिडन्स!"

"नो! डो'न्ट बी सीली!...सीट डाऊन!" करड्या स्वरात ब्रिज ओरडला आणि विमी जळफळत खाली बसली.

"ओके. व्हॉट द हेल यू आर ड्रॉइंग ॲट?"

"ट्राइंग टू डिटेक्ट द क्राईम."

"काय घडलं आहे?"

"मिसेस सलढाणा, मी तुमच्यासमोर क्वेश्चनिंगसाठी उभा आहे, तुम्ही माझ्यासमोर नाही. इच्छा असेल तर आपण सगळेच हेडक्वॉर्टरला जाऊ!" तडकून ब्रिज म्हणाला आणि ती गप्प झाली.

"सर," मोरे धावत बाहेर येत म्हणाला, "यात फार महत्त्वाचं आहे!"

त्याच्या हातात ताराची ब्रीफ केस होती.

"उघड."

"नको सर. तुम्हीच पहा. कदाचित तुम्हाला ते कोणाला दाखवायचं नसेल."

हं?...ब्रिजनं ब्रीफ केसचं लीड उघडलं. त्याची तीक्ष्ण नजर आतल्या कन्टेन्टस्‌वर स्थिरावली.

"दॅट'स् इट!"

"बघा."

एक चिठ्ठी. अगदी उघडी.

ब्रिजनं चिठ्ठी हातात घेतली. वाचली.

"मोरे, फार महत्त्वाचा पुरावा आहे हा!"

"ते...काय आहे त्यात?" अस्वस्थ होत विमीनं विचारलं.

"खुन्याचं नाव!"

"खुन्याचं...खून?...कोणाचा खून झालाय?"

"मिसेस सलढाणा, तो तुमच्या नवऱ्याचा फोटो आहे?"

"ऑफ कोर्स."

"बेटर वे, यू कम वुइथ मी!...बोथ ऑफ यू."

"इन्स्पेक्टर...सलीनं...सलीनं उडवलं का कार खाली कोणा माणसाला?"

"बेटर, स्टार्ट ड्रेसिंग."

"तो कुठे खुनाच्या प्रकरणात अडकलाय का?"

"बेटर, बी क्वीक!"

"द बर्स्ट वुइथ युवर 'बेटर!" विमी रडवेली होत म्हणाली. ड्रेस चेन्ज करण्याकरता आतल्या खोलीत निघून गेली.

ड्रेस चेंज करून ती बाहेर आली तेव्हा तारा सुन्नपणे कोचात बसली होती. आणि,

ताराच्या हातात हातकड्या होत्या!!

❖❖❖

दोन

दरवाज्याचा आवाज झाला आणि पुस्तकातून त्याची मान वर झाली. समोर उभा असलेला तरुण त्याला पूर्णत: अपरिचित होता आणि दारावरची बेल ही वाजण्याकरता नसते असं गृहीत धरून तो बेधडकपणे आत शिरला होता. त्याला मॅनर्स कशाशी खातात ते माहीत नसावं असं त्याच्या सुसंस्कृत वाटणाऱ्या चेहऱ्यावरून तरी पटण्यासारखं नव्हतं.

"येस? मी आपल्याकरता काही करू शकतो काय?"

"आपण जर बॅ. अमर विश्वास असाल तर बरंच काही करू शकता. आणि नसाल तर त्यांना बोलावू शकता."

"बसा."

"बसायला वेळ नाही!" बसतानाच तो म्हणाला आणि समोरचा तरुण हसला.

माणसं पण अजब असतात. केस कट करण्याकरता ती तास-तास कटिंग सलूनमध्ये वेळ घालवू शकतात. आणि डॉक्टर, वकील अशा महत्त्वाच्या ठिकाणी मात्र त्यांना वाया घालवायला मिनिटही स्पेअरमधे नसतं.

"बोला, काय करू शकतो मी आपल्याकरता?"

"तुम्हीच अमर विश्वास?"

"आश्चर्य करणारे तुम्ही पहिले नाहीत. बोला, तुमच्याजवळ वेळ नाही!" त्याच्या उत्तराचं बूमरॅन्ग करत अमर म्हणाला, तसा तो खजील झाला.

“माझं नाव बिली सलढाणा. मी ‘ऑल ॲट अ ग्लान्स प्रा. लि.’ चा फिफ्टी परसेन्ट पार्टनर आहे. सली माझा भाऊ होता.”

“वेल, म्हणणं काय आहे.”

“मी सलीच्या खुनाच्या केसच्या संदर्भात आलो होतो.”

“मी ऑलरेडी तारा मनोहरचं वकीलपत्र घेतलेलं आहे.”

“तेवढ्याकरताच आलो होतो मी. ताराचं वकीलपत्र तुम्ही स्वीकारल्याचं मला जेलमध्ये समजलं. तिला भेटायला गेलो होतो मी.”

“ठीक आहे. तुमचं म्हणणं काय आहे?”

“तारा निर्दोष सुटली पाहिजे!”

अमरच्या कपाळावर एक आठी. डोळ्यात नाराजीची छटा.

“ती निर्दोष असेल तर जरूर सुटेल.”

“ती दोषी असली तरी सुटलीच पाहिजे.”

“कारण?”

“ताराशी मी विवाहबद्ध होणार आहे. तुम्ही साक्षीदार फोडा, जज्जला लाच द्या....तारा निर्दोष सुटली तर मी तुमच्यावर पैशांचा वर्षाव करीन.”

निळ्या डोळ्यातला कठोरपणा चेहऱ्यावर पसरला.

“मि. सलढाणा, अमर विश्वासला विकत घेण्याकरता तुम्हाला सात पिढ्यांच्या मिळकतीची पै न पै एकत्र करावी लागेल. आणि तरीही तुम्ही त्याला विकत घेऊ शकणार नाही!”

“विश्वास, एक पॉईंट विचारात घ्या. मी सलीचा भाऊ आहे. मी आणि तारा विवाहबद्ध होणार आहोत हे फक्त तुम्हाला समजलंय. जर मी कोर्टात अशी साक्ष दिली की सलीनं तीन-चार वेळा तारावर बलात्कार करण्याचा प्रयत्न केला होता, तर त्या पॉईंटवर तुम्ही हे सिद्ध करू शकाल की सलीनं तिच्यावर बलात्कार करण्याकरता तिला खारच्या ‘सलढाणा इस्टेट’ मधे बोलावलं आणि सेल्फ डिफेन्स करता तिनं रिव्हॉल्व्हर झाडलं.”

“मि. सलढाणा, झालं तुमचं बोलून?...नाऊ गेट आऊट!”

“अं?”

“आय से, गेट आऊट. तुम्ही मूर्ख आहात. तुमच्याशी सली मर्डर

केसवर चर्चा करण्याची इच्छा नाही!''

"मि. विश्वास...''

"फक्त एक गोष्ट लक्षात ठेवा. जर तारावर तुमचं प्रेम असेल तर अशी साक्ष देऊ नका.''

"का?''

"त्यातून केस फार कॉँप्लिकेटेड होईल. पहिली गोष्ट, 'सलढाणा इस्टेट' ज्याला आपण 'मर्डर हाऊस' म्हणणार आहोत, तिथे ताराच्या कोणत्याही प्रिन्टस् मिळालेल्या नाहीत. तुमच्या पद्धतीनं मी केसला कलाटणी दिली तर ती क्षणात फर्स्ट डिग्री मर्डरर ठरेल! बॅ. दीक्षित या गोष्टीचं भांडवल करून असा मुद्दा मांडतील की मर्डर हाऊसमधे सलीला बोलवायचं आणि त्याचा तिथे रिव्हॉल्व्हर झाडून खून करायचा हे तारानं आधीच ठरवलं असल्यामुळे आपल्या प्रिंटस् तिथे मिळणार नाहीत याची तिनं काळजी घेतली होती.

"आणि...बाय जोव्ह, कोर्ट हा मुद्दा मान्य करेल!''

"दुसरी गोष्ट, मर्डर हाऊसकडे जाताना ताराच्याजवळ रिव्हॉल्व्हर होतं हे सिद्ध होईल.''

"कुठून मिळवलं तिनं ते?...कशाकरता?''

"मि. सलढाणा, तुमच्या एका साक्षीनं तिच्या विरुद्ध केस कॉँक्रीट होईल!''

"ओह! आय ॲम सॉरी. हे दोन्ही पॉईंट्स् माझ्या लक्षात यायला हवे होते. एल्.एल्.बी. आहे मी.''

"चालायचंच. सगळ्याच वकिलांच्या सगळेच पॉईंटस् लक्षात यायला लागले तर रजिस्टर्ड मॅरेज, घटस्फोट या सारख्या केसेस्ना वकिलच मिळणार नाहीत!''

"फर्गिव्ह मी, मि. विश्वास.'' हळू आवाजात बिली पुटपुटला, "पहिल्याच भेटीत मी तुमचं, माझ्याबद्दलचं मत वाईट करून दिलं. पण...ताराला अटक झाल्यापासून मी गोंधळून गेलोय.''

"मला फक्त इतकंच म्हणायचंय, की ताराला सोडवण्याकरता तुम्ही

प्रयत्न करा. लागेल तो पैसा मी पुरवीन."

"खूपच शहाण्यासारखे बोललात. आता काळजी करू नका. मी केस स्वीकारलीय. सरकारनं मला आरोपीचा वकील म्हणून नेमलंय. नियमाप्रमाणे मला माझी फी मिळेल. तुम्ही एक पैसा दिला नाहीत, तरी प्रेस्टीज करता मी ही केस अप् टु द लास्ट पफ लढणार आहे."

"थँक यू, व्हेरी मच," समाधान झाल्यासारखा बिली सलढाणा म्हणाला. त्यानं कोटाच्या खिशातून एक चेक बुक काढलं.

"मि. विश्वास, माझ्या माहितीप्रमाणे तुम्ही डिटेक्टीव्ह एजन्सीची माणसं हायर करता, आणि सरकार तो खर्च तुम्हाला देत नाही."

"यू आर राइट."

"तुम्हाला जी फी मिळेल त्यात एजन्सीच्या दिवसाचाही खर्च भागणार नाही."

"राईट अगेन."

"म्हणूनच डिटेक्टीव्ह एजन्सीच्या कार्याकरता आणि केसचा ॲडव्हान्स मिळून मी तुम्हाला पन्नास हजाराचा चेक देतो. वेळोवेळी लागतील तसे मागून घ्या."

"रिसीट कोणाच्या नावावर करता?"

"अं...कोणाच्या नावावर करू?"

"तुमच्या! रिसीट तुमच्या नावावर करून बरंच काही साधेल, मि. सलढाणा."

"ठीक आहे. तुम्हाला योग्य वाटेल ते करा." चेक भरून सही करून सलढाणा म्हणाला.

"थँक यू."

"थँक यू. सी यू अगेन."

"ओनली इन द कोर्ट! मि. सलढाणा, तुम्ही इथे परत येऊ नका. जर तुम्हाला माझ्याकडे येताना कोणी पाहिलं तर मला जे साधायचंय ते कदाचित साधू शकणार नाही."

"ओ.के. हे माझं कार्ड. तुम्हाला गरज पडल्यास फोन करा."

अमरच्या हातात कार्ड देत बिली म्हणाला आणि निघून गेला.

बिली जाताच अमरनं टेबलावरचा फोन उचलला. डायल फिरवली.

"हॅलो, गोल्डी?"

"हा."

"ताबडतोब खाली ये."

"कपडे घालून?"

"निदान लज्जारक्षणापुरते!" हसत अमर म्हणाला आणि त्यानं फोन डिस्कनेक्ट केला.

जेमतेम त्यानं बसण्याची पोझिशन बदलली. उघड्या दारातून गोल्डी वादळासारखा आत शिरला होता.

"येस सर?" त्याच्यासमोर बसत गोल्डीनं विचारलं.

"तुझं काम केलंस?"

"ऑलरेडी कमप्लिटेड. तुझ्या टेबलावरची फाईल पाहिली नाहीस तू."

"ही हिरवी?"

"येस. त्या फाईलमधे सलढाणा आणि गरूडाचार्य घराण्याचा संपूर्ण इतिहास आहे."

"फाईल नंतर चाळेन मी. तोंडी सांग."

"ओ.के. मी सली सलढाणा ऊर्फ शारंग गरुडाचार्यपासून सुरुवात करतो.

"त्याचं खरं नाव सली सलढाणा. जन्म प्रयागचा. शालेय शिक्षण प्रयाग आणि मथुरेत. नंतर त्याच्या वडिलांनी मुंबईचा रस्ता धरला. कॉलेज शिक्षण मुंबईत झाल्यानंतर उच्च शिक्षणाकरता सली दोन वर्ष अमेरिकेत होता. तिथे दैनंदिन गरजांव्यतिरिक्त असलेले छंद भागवण्याकरता तो 'एली'ज् डिपार्टमेन्टल' मध्ये सर्व्हिस करत होता. त्यातूनच त्याला 'ऑल अॅट अ ग्लान्स'ची कल्पना सुचली.

"तो भारतात परत आला तेव्हा त्याचे वडील गेले होते. त्याच्या नावे त्यांनी फक्त वीस हजार रुपये ठेवले होते. सलीचा एक भाऊ मुंबईत होता.

त्याला बाकीचे वीस हजार रुपये मिळाले होते.''

''भारतात आल्यावर सलीनं छोट्या प्रमाणात 'ऑल ॲट अ ग्लान्स'ची स्थापना केली. त्यात बिलीनं पार्टनरशिप केली. एकमेकांच्या सहकार्यानं धंदा वाढत होता.''

''१९६५ च्या सुमाराला सलीची आणि विजयालता रंगाचारी या तरुणीची ओळख झाली. ती सलीला शारंग गरुडाचार्य म्हणून ओळखत होती.''

''१९६५ मधेच त्यांचं लग्न झालं आणि सलीनं खारमधे एक बंगला विकत घेऊन आपला गुप्त संसार सुरू केला. त्याच्या आसपासचे लोक त्याला शारंग गरुडाचार्य म्हणून ओळखायला लागले.''

''ही त्याच्या दुहेरी जीवनाची सुरुवात होती. घरी परतला की तो शारंग बनत असे आणि व्यापारी जगात सली सलढाणा म्हणून वावरत असे.''

''त्यानं असं का करावं त्याचं कारण अजूनही समजलेलं नाही. पण त्यानं हे लग्न सली सलढाणा म्हणून ओळखणाऱ्या सर्व माणसांपासून लपवून ठेवलं होतं.''

''हळूहळू त्याचा छोट्या स्वरूपाचा धंदा फोफावत चालला. कामाचा पसारा वाढला आणि त्यानं पगारी लोक विक्रीकरता नेमायला सुरुवात केली.''

''१९७० च्या सुमाराला त्याचा धंदा फुल स्वींगमध्ये आला. तेव्हा मिस सुधा दयार्णव आणि तारा मनोहर त्याच्या ग्लान्समधे काम करत होत्या. पैकी सुधा दयार्णव आणि सलीचं सूत जमलं आणि १९७२ च्या मे मधे सली पुन्हा एकदा विवाहबद्ध झाला.''

''याच सुमारास सलीनं 'सी ग्लान्स' विकत घेतली होती. त्यानं आपलं 'ऑल ॲट अ ग्लान्स'चं ऑफीस या बिल्डिंगमधे हलवलं होतं. तिथेच त्याचा नवा संसार सुरू झाला.''

''तीन वर्षं त्यानं दोन्ही संसार फार चातुर्यानं सांभाळले. आठवड्याचे दोन विभाग केले होते त्यानं. गुरुवारी सकाळी आठ ते सोमवारी संध्याकाळी

सहापर्यंत तो सली म्हणून विमीच्या सान्निध्यात राहायचा आणि सोमवारी संध्याकाळी सात ते गुरुवारी सकाळी आठपर्यंत तो शारंग बनून विजयलताचा संसार करायचा!''

"१९७२ मधे त्याचं आणि त्याच्या भावाचं भांडण झालं. आणि त्यांची पार्टनरशिप तुटली. कंपनीकडे निघणारा शेअर घेऊन सली बाजूला झाला.''

"सलीबद्दलची पुढची माहिती मात्र मी पोलिस रेकॉर्ड मधून मिळवलीय. ती गोळा करताना त्यांनी कोणत्या सोअर्सचा उपयोग केला ते मला माहीत नाही. कदाचित त्यांनी ती माहिती केसच्या दृष्टीनं उपयुक्त म्हणूनही कॉंक्रीट केली असेल.''

"सली सलढाणाचं डबल लाईफ तीन वर्षांचं. १९७२ ते १९७५ या पिरीयडमधे एकदाही त्याचा कोणाला संशय आला नव्हता. पण सोमवार दि.१६ जुलै १९७५ हा दिवस त्याच्या डबल लाईफचाच नाही, तर लाईफचाच शेवटचा दिवस ठरला!''

"तारा मनोहरनं सेल्स एक्सपान्शन करता खारचा विभाग निवडला होता. कंपनीच्या पद्धतीप्रमाणे तिनं आधी प्रॉजेक्ट तयार केला होता. वुड बी कस्टमर्सची लिस्ट तयार केली होती. त्या लिस्टमधे मिसेस गरुडाचार्य हे नाव होतं-

"प्रपोज्ड् लिस्टप्रमाणे ग्राहक उरकत तारा गरुडाचार्यकडे गेली. तिथे तिनं सलीचा फोटो पाहिला आणि सली आणि शारंग ही एकाच व्यक्तीची दोन रुपं आहेत हे तिच्या लक्षात आलं. तिनं गरुडाचार्यकडे पुन्हा शारंग असताना जाण्याचं ठरवलं. त्याप्रमाणे तिनं त्याच दिवशी रात्रीची ॲपॉइन्टमेन्ट घेतली.''

"ती पुन्हा खारला आली तेव्हा तिनं स्वत:जवळ रिव्हॉल्व्हर ठेवलं होतं. जर प्रसंग आलाच तर सलीला धमकवण्याकरता उपयोगी पडणार होतं ते.''

"सली आणि तारा त्यांच्याच बुमरमधे बसून सी.सी. पार्किंग स्क्वेअर पर्यंत आले. तिथे सलीनं कार सोडली आणि आपण दुसरीकडे जात आहोत

असं दाखवून तारानं त्याचा पाठलाग करायला सुरुवात केली.''

"शारंगच्या घरापासून दोन फर्लांगावर एक पडकं घर आहे. इंग्रजांच्या आमदानीतलं ते टॉवरचं घर सलीनं विकत घेतलं होतं. अर्थात तिथे त्यानं काही जुजबी सामान आणि कपडे ठेवले होते.''

"मर्डर हाऊसला येऊन तो ड्रेस चेंज करत असे. त्यामुळे दोन्हीकडे तो ज्या ड्रेसमधे बाहेर पडला असेल त्याच ड्रेसमध्ये परत येत असे!''

"नेहमीप्रमाणे तो सलढाणा इस्टेटला-ज्याला आपण 'मर्डर हाऊस' म्हणून संबोधत आहोत-गेला. तिथे त्यानं ड्रेस चेंज केला आणि खिडकीकडे त्याचं लक्ष गेलं.

"खिडकीच्या काचेला तोंड लावून तारा आत पहात होती. संभाव्य धोका त्याच्या लक्षात आला. पण त्याने तसं न दाखवता तिला खुणेनं आत बोलावलं. ताराला देखील कुतूहल होतं. म्हणून ती आत गेली. घाबरायचं काहीच कारण नव्हतं तिला. तसा प्रसंग आलाच तर तिच्याजवळ रिव्हॉल्व्हर होतं.

"ती आत येताच सलीनं दरवाजा लावून घेतला आणि त्यांच्यात बाचाबाची सुरू झाली. काय बोलणं झालं ते रेकॉर्डला असणं शक्यच नाही. पण त्याचं पर्यवसान मात्र खुनात झालं.

"तारानं पर्समधे हात घालून रिव्हॉल्व्हर काढलं आणि त्याचा नेम धरून त्याला गोळी मारली.''

"संपलं? आता विमीबद्दल.''

"तिच्याबद्दल सांगण्यासारखं काही विशेष नाही अमर. लग्नाआधी ती अगदी सामान्य जीवन जगत होती. कशीबशी हाता-तोंडाशी गाठ पडत होती. सलीशी लग्न झाल्यापासून तिची आर्थिक परिस्थिती सुधारली. ती हाय-सोसायटीत आली.''

"इतकंच?''

"विमीबद्दल तुला काय माहिती हवी?''

"असेल तेवढी.''

"विमी चलाख स्त्री आहे. तिनं पैशांकरता सलीशी लग्न केलं असावं.

कारण आजतागायत, दरमहा एक-दीड हजार रुपये तिच्या माहेरी पाठवले जातायूत.''

"आणि ताराबद्दल काय?''

"तारा...मनानं पोरगी सरळ आहे. पाण्यात शिरल्यावर माशांशी कशी दोस्ती करावी ते तिला चांगलं अवगत आहे. पण...अमर, ताराबद्दल एक विचित्र माहिती मिळालीय्.'' अचानक काहीतरी आठवत गोल्डी म्हणाला.

"काय?''

"लहानपणी ताराला स्मृतीभ्रंश व्हायचा!''

"अं?'' अमरनं दचकून विचारलं.

"होय. मी डॉ. शेट्टींकडे तिचे केस-पेपर्स पाहिलेत. महिन्यातून एक दोनदा ती अशी अनकॉन्शस असायची. हा पिरीयड साधारणतः पंधरा मिनिटं ते चाळीस मिनिटं अशा लिंगरिंग असायचा. डॉ.शेट्टींनी ट्रिटमेन्ट दिल्यानंतर त्यातून पूर्ण बरी झाली होती ती.''

"केव्हाची गोष्ट ही?''

"१९६२-६३ची. तारा तेव्हा बारा-तेरा वर्षांची होती.''

"स्मृतीभ्रंश झाला की आपण काय करत आहोत याचा तिला विसर पडायचा?''

"ॲबसोल्यूटली तेवढा पिरीयड अगदी कोरा जायचा तिचा. स्वतःच्या हालचालीदेखील समजायच्या नाहीत तिला. नंतर तिची मेमरी रिकव्हर झाली की मधली गॅप वगळून टाकायची ती.''

"डॉ. शेट्टींच्या म्हणण्याप्रमाणे हा रोग तिला पुन्हा होऊ शकेल?''

"तसं काहीच सांगता येत नाही. मे बी...ऑर मे नॉट बी! पण डॉ. शेट्टींच्या म्हणण्याप्रमाणे नाइनटी परसेन्ट असं होत नाही.''

"पण होत नाहीच असंही नाही?''

"येस, होऊ शकेल.''

"गोल्डी, ताराला चेक-अप् करायला हवी होती.''

"सरकारी डॉक्टरांनी प्रॉसिक्युशनकरता तिला चेक केलं होतं.''

"तसं नाही गोल्डी. या अँगलनं चेकिंग करणार नाहीत ते. या क्षणी

प्रश्न विचारण्याकरता कैदी योग्य मन:स्थितीत आहे का नाही, इतकंच पाहणार ते.''

''अमर, तू ताराला भेटलास?''

''हो. पण यावेळी ब्रिजनं संभाषण ऐकण्याची सोय केली होती. त्यामुळे मी फक्त तिच्या तोंडून हकीकत ऐकू शकलो.''

''तिला काही सूचना दिल्या नाहीस?''

''एवढंस सांगितलंय् की जोपर्यंत मी क्वेश्चनिंगच्या वेळी हजर नसेन, तोपर्यंत एकाही प्रश्नाचं उत्तर देऊ नकोस.''

''दॅट विल् सफाइस, आय थिंक्.''

''आय ॲम् अफ्रेड, गोल्डी, यावेळी माझी क्लायन्ट फार कमकुवत आणि चंचल मनाची आहे. त्यातून ती सेल्स-गर्ल असल्यामुळे कन्व्हिन्स करणं तिच्या रोमा-रोमांत भिनलंय्. आपण निर्दोष आहोत हे पटवून देण्याकरता ब्रिजशी ती भरपूर बोलेल. त्यावेळी बॅ.दीक्षित तिथे हजर असतील! इच ॲन्ड एव्हरी वर्ड विल् थ्रो हर बियॉन्ड द एट वॉलस् ॲन्ड इट'ल् बी इम्पॉसिबल फॉर मी टु रीच हर!''

''अमर, यावेळी तू फार अप-सेट झालेला दिसतोयस.''

''नॉट लाइक् दॅट, गोल्डी. तसा विचार केला तर अजून मी आहे तिथेच आहे. उलट डिपार्टमेन्ट चार पावलं पुढे सरकलंय्. ज्याअर्थी तिच्यावर चार्ज ठेवून त्यांनी तिला कस्टडीत ठेवलंय्, त्याअर्थी त्यांना तसा सॉलिड पुरावा मिळालेला आहे. नाहीतर केवळ रिव्हॉल्व्हर सापडलं म्हणून ब्रिज माझ्या क्लायन्टला कस्टडीत घेण्याचं धाडस करणार नाही.

''धिस इज् व्हेरी फर्स्ट टाईम दॅट माय बेल वॉज रिफ्यूजड्, वुईथ ऑलवेज द सिंगल वर्ड 'नो'!''

''व्हॉट'स द नेक्स्ट मूव्ह?''

''बाय मी?...नो मूव्ह! मी फक्त केस स्टॅन्ड होण्याची वाट पाहणार आहे. त्यापूर्वी तू मात्र फार बिझी असणार आहेस.''

''व्हॉट'स् ऑन युवर माइन्ड, अमर?''

''काही तरी राहतंय गोल्डी. काय ते मला सांगता येत नाही. आत्ताच्या

पुराव्यांचा विचार केला तर तारा खुनी ठरते. पण तारानं खून केलेला नाही हे दाखवणारे दोन-तीन पॉईंटस माझ्या जवळ आहेत. ते काँक्रीट करण्याकरता मला आणखी काहीतरी हवंय आणि ते तू शोधणार आहेस,''

''आय विल् मेक द हेल आऊट ऑफ इट, अमर. पण मला एक सांग, तारा खुनी नाही असं तुला मनापासून वाटतंय्?''

''फ्रॉम द हार्ट ऑफ माय हार्टस्.''

''देन व्हॉट अबाऊट दॅट 'बॉय मीटस् हर' स्टोरी? तिच्या म्हणण्याप्रमाणे एका तरुणानं तिला ते रिव्हॉल्व्हर दिलं. कुठे गेला तो तरुण? कशावरून ती खोटं बोलत नाही?''

''गोल्डी, त्या संध्याकाळी तिची बूमर ज्या बंगल्यासमोर उभी होती, त्या बंगल्याच्या माळ्यानं ताराला एका तरुणाशी बोलताना पाहिलंय्. तो त्यांच्यात झालेलं संभाषण ऐकू शकला नाही. पण नंतर तो तरुण ताराबरोबर बूमरमधे बसून गेल्याचं तो शपथेवर सांगतो.''

''कदाचित तिचा तो साथीदार असू शकेल!''

''तीही शक्यता मी गृहीत धरलीय्. प्रश्न असा आहे, तो तरुण गेला कुठे आणि तो कोण होता?''

''माझं डोकं चालत नाही अमर. तू सांगशील तेवढं मी करीन. गरज पडल्यास माझ्या एजन्सीचा झाडूवाला देखील मी कामाला लावीन. आय ॲम ऑलवेज ॲट युवर सर्व्हिस!''

''ओ.के. आय नीड युवर सर्व्हिसेस. काय काय करायचं ते ते तुला सांगतो. उद्या कोर्टात केस स्टॅन्ड होण्यापूर्वी माझ्या हातात ही माहिती पडली पाहिजे.''

''याचा अर्थ, उद्या कोर्टात केस स्टॅन्ड होईपर्यंत माझ्या नशिबी पोटभर जेवण नाही! ठीक आहे, शूट.''

''पोलीस रेकॉर्डमधून गुन्हेगारांच्या फाईल्स् मिळव. त्या घेऊन खारच्या सी.सी.प्लॉटच्या सर्व्हे नं.३३ ला जा. या सर्व्हेवर ४/३१ नंबरचा 'भाग्यश्री, नावाचा बंगला आहे. तो कोणा पोपटलाल लोढा नावाच्या माणसाचा आहे. त्याला भेटून, त्याच्या परवानगीनं माळ्याला भेट. त्या फोटोंपैकी एखादा

फोटो माळी ओळखू शकतो का बघ.''

''हे एक झालं. पुढे?''

''नंतर 'मर्डर हाऊस'ला जा. आता 'मर्डर हाऊस'ला गव्हर्नमेन्टचं सील नाही. आत घुसून काही पुरावा मिळाला तर बघ.''

''तीन?''

''बिली सलढाणाची फाईल तयार कर!''

''बिली!...सलीचा भाऊ?''

''येस.''

''व्हाय...ही इज नॉट इन द पिक्चर.''

''ही 'इज' इन द पिक्चर वुइथ फुल कलर्स.''

''हाउ कमस्?''

''तू येण्याआधी बिली सलढाणा मला भेटायला आला होता.''

''इथे?''

''येस. तू बसलायस तिथेच बसला होता. तो खरोखरच मूर्ख आहे, का त्यानं मूर्खपणाचा बुरखा पांघरलाय ते मला माहीत नाही. पण माझ्या अंदाजाप्रमाणे तो अत्यंत धूर्त आहे.''

''गोल्डी, तुझ्या माहितीप्रमाणे सली आणि बिलीची पार्टनरशिप डेड झालेली आहे. राईट?''

''टु द बेस्ट ऑफ इन्फर्मेशन, येस.''

''आणि बिलीनं असं भासवलंय की तो अजूनही 'ऑल ॲट अ ग्लान्स'चा ५०-५० पार्टनर आहे!''

''माय फूट! सलीनं त्याला त्याचवेळी घरातून हाकलून दिलं होतं. त्याचा आणि सलीचा संबंध १९७२ च्या सुमारासच संपलाय.''

''म्हणूनच सांगतो गोल्डी, बिलीची व्यवस्थित माहिती गोळा कर. मला विशेषतः १९७२ नंतर बिली काय करत होता ते पाहिजे आहे.''

''आणि हे सगळं उद्या सकाळी ९ च्या आत पाहिजे आहे!'' त्याच्याच टोनिंगची नक्कल करत गोल्डी म्हणाला,''तुला काय वाटतं, गोल्डन डिटेक्टीव्ह एजन्सीला बॅ. अमर विश्वासशिवाय इतर कोणाची कामं

नसतात का?''

"शट अप. मला बौध्दिक नकोय्. यू गो टू हेल वुईथ युवर अदर क्लायन्टस ॲन्ड कम बॅक वुइथ द इन्फर्मेशन, आय नीड!''

"येस, सर.'' गोल्डी रागावल्याच्या आविर्भावात म्हणाला आणि उठून दरवाज्याच्या दिशेनं चालू लागला.

दरवाज्यातच एका म्हाताऱ्या बाईशी त्याची टक्कर झाली होती.

तीन

अजून कोर्टाचं कामकाज सुरू झालं नव्हतं. पाच मिनिटांचा अवधी होता. पण पंधरा मिनिटांपूर्वीच आवार फुल पॅक्ड् झालं होतं. आता एखाद्याला घाईची 'सिंगल'लागली असती तरी मधून उठून जायला वाट नव्हती. बाहेर जाईपर्यंत त्याला किमान शंभर एक मांड्या, शे-दोनशे पाय, असे अवयव तुडवत जावं लागलं असतं. आणि कोणी 'घाईची' लागली असती तरी उठलं नसतं! एकदा बाहेर गेलं की जागा गेली. पुन्हा म्हणून आत येण्याचं नाव नको.

जज्ज केसरांनी बरोबर साडे-दहाच्या टोलला कोर्टात प्रवेश केला अन् लोक आणखीनच सावध झाले. आता वकिलांपैकी कोणी शिंकलं असतं तरी लोक त्याच्यामागच्या कारणाचा विचार करायला लागले असते!

जज्ज केसर आसनावर बसताच दोन्ही पक्षाच्या वकिलांनी कोर्टाला अभिवादन केलं. दोघंही आपापल्या खुर्च्यांवर जाऊन बसले.

केसरांनी चष्म्यातून दोन्ही वकिलांकडे प्रसन्नपणे हसत पाहिलं. नंतर आरोपीच्या पिंजऱ्यात उभ्या असलेल्या तरुणीवर त्यांची नजर खिळली आणि ते कळवळले.

एवढीशी पोर. काय नशिबी आलं तिच्या! अजून जग पाहिलं नसेल बिचारीनं. अजून जीवनाचा आनंद लुटला नसेल. जर आरोप सिद्ध झाला तर...

सावध!...सावध! आरोपीबद्दल मनात दया, किंवा सॉफ्ट कॉर्नर

निर्माण होणं हे जज्जच्या खुर्चीवर बसलेल्या माणसाला शोभत नाही.

एकदम ग्रॅनाइट-हार्ड फेसिंग!

"पीपल व्हर्सेस मिस् तारा मनोहर-"

सावध...सावध...

एकही शब्द जाऊ देऊ नका. नंतर काही कळणार नाही. केस सुरू होतीय.

बॅ. दीक्षित कबुतरासारखी तिरपी मान करून उठले. त्यांनी कोर्टाला पुन्हा एकदा अभिवादन केलं. अमरकडे एक 'हुः!' असा तुच्छ कटाक्ष फेकला. नंतर लोक केवळ आपलं भाषण ऐकण्याकरता आले आहेत अशा थाटात ते ऑडियन्सकडे बघून हसले. पुन्हा जज्ज केसरांकडे वळले.

"गुड मॉर्निंग, सर."

"गुड मॉर्निंग, मि. ॲटर्नी. आता तब्येत बरी आहे ना?"

"हो."

"लोक तुमची फार आठवण काढत होते. बाय द वे, कशानं आजारी पडला होतात?"

"मूळव्याध!...तिखट खाणं नडलं." बॅ.दीक्षित सहज स्वरात म्हणाले आणि ऑडियन्स खो-खो हसायला लागला, तसे ते ओशाळले.

"बघ, मी तुला म्हटलं नव्हतं, सरकारी टकल्या फार विनोदी आहे म्हणून!"

ऑडियन्समधे एक आवाज. पुन्हा हशा.

नाक फेंदारून दीक्षितांनी ऑडियन्सकडे पाहिलं.

"शट-अप्! ...शट-अप्! ...ॲन्ड कीप क्वाएट." ते जोरात ओरडले आणि खुसखुसत ऑडियन्स शांत झाला.

"यू मे प्रोसिड." गालातल्या गालात हसत जज्ज म्हणाले आणि बॅ. दीक्षितांनी त्यांच्या शरीराला न पेलवणारी गिरकी घेतली. पुन्हा ते कोर्टाकडे तोंड करून उभे राहिले.

त्यांनी अशी ॲक्शन का घ्यावी ते त्यांनाही समजलं नसावं. बहुतेक अमरच्या स्वीफ्ट मोशननं तो ऑडियन्सला स्पेल-बाउन्ड करतो म्हणून तो

एक प्रयत्न असावा.

“युवर ऑनर,” दीक्षितांनी गंभीर आवाजात बोलायला सुरुवात केली,“पीपल व्हर्सेस मिस् तारा मनोहर या केसच्या प्रास्ताविकाला मी सुरुवात करत आहे, त्यापूर्वी ॲटर्नी फॉर डिफेन्स-माझे मित्र, बॅ. अमर विश्वास आणि ऑडियन्स, फोटोग्राफर्स, प्रेस रिपोर्टर्स या सर्वांना माझी नम्र विनंती आहे की त्यांनी मला पूर्ण सहकार्य द्यावं.”

“युवर ऑनर, माझा सगळा रोख आता सली सलढाणाचा खून झाला, किंवा नाही, झाला असल्यास तो कोणत्या परिस्थितीत झाला, खुनामागे काय कारण होतं, आणि तो खून आरोपी तारा मनोहर हिनंच केला असून, तो पूर्व तयारीसह, कोणाच्यातरी सहाय्यानं केला असल्यामुळे, आरोपी ही फर्स्ट डिग्री-मर्डरर् आहे हे दाखवण्याकडे राहील.”

“प्रास्ताविकात मला काहीच मुद्दे मांडायचे नाहीत. कारण या केसमधे प्रास्ताविकाची आवश्यकता नाही. मी यावेळी संख्याशास्त्राच्या बिनचूक पद्धतीनं केस उलगडणार आहे. माझ्या विश्वासात मॅथेमॅटिकल ॲक्युरसी असणार आहे.”

“म्हणून मी, माझे मित्र बॅ. अमर विश्वास, ॲटर्नी फॉर डिफेन्स यांना विनंती करतो की त्यांना प्रास्ताविकाचं भाषण देण्याची इच्छा असल्यास त्यांनी ते जरूर द्यावं. थँक यू, युवर ऑनर.”

बोका! ज्या अर्थी इतक्या शांतपणे बसलाय्, त्या अर्थी लोण्याची वाटी कुठे आहे ते माहितीय् त्याला. नाही हातातून काढून घेतली तर वकिली सोडून देईन!

बस्! यावेळी दीक्षितला चांगलं लोळवायचं. मूळव्याधीच्या नावांखाली पुन्ही महिनाभर रजा ठोकली पाहिजे त्यानं!

अमर उभा राहिला. त्याची हसरी नजर कोर्टावरून भिरभिरली. क्षणभर ताराच्या मलूल चेहऱ्यावर खिळली आणि बॅ. दीक्षितांच्या टकलावर स्थिरावली. ऑडियन्सकडे वळली. पुन्हा टकलावर स्थिरावली.

दीक्षित अस्वस्थ. डोक्यावर चिमणी हगलीय् की काय! अनाहूतपणे हात तुळतुळीत टकलावरून फिरला.

नॉटी बॉय! असाच दीक्षितला झोपवणार! जज्ज केसरही मनापासून हसले.

"बॅ. विश्वास, तुम्हाला काही बोलायचंय् का?" शेवटी त्या उंदिरमांजराच्या खेळातून दीक्षितांना सोडवत जज्ज केसरांनी विचारलं.

"येस, युवर ऑनर." अभिवादन करून नम्र स्वरात अमर म्हणाला, "प्रास्ताविक ठोकण्याची मला सवय नाही. मी फक्त इतकंच सांगायला उभा आहे की या केसमधे सरकारी वकील दोन पावलं माझ्या पुढे आहेत. अनुभवानंही ते मोठे आहेत. तेव्हा जर न्यायदानाचं कार्य अडलंच तर त्यांनी व्यावसायिक नीती म्हणून मला मदत करावी!"

नाक आक्रसून घेत दीक्षितांनी अमरकडे पाहिलं.

लबाड! तुला मदत करून केस हातची घालवेन होय मी? पळ!

अमर, दीक्षितांकडे पाहून हसत जागेवर जाऊन बसला. दीक्षित उभे राहिले.

आता खरी सुरुवात होत होती!

"युवर ऑनर, सर्वात प्रथम मी जो साक्षीदार बोलवणार आहे तो होस्टाइल विटनेस म्हणून बोलावणार आहे. नयना गरुडाचार्य."

नाव पुकारलं जाताच ऑडियन्सच्या नजरा विटनेस-रूमच्या दरवाज्याकडे वळल्या. एक गोरापान चेहरा दरवाज्यात डोकावला. चेहऱ्याची मालकीण संथपणे चालत स्टॅन्डमधे येऊन उभी राहिली. अत्यंत कोरं मन असावं तिचं. नवऱ्याचा खुनी सापडला काय, आणि नाही सापडला काय! दोन्ही सारखंच असावं तिला. ही वॉज् नॉट टु कम बॅक. वन्स डेड.......डेड फॉर एव्हर!

स्टॅन्डमधे उभी राहताच तिनं शपथ घेतली.

"नाव?"

"नयना गरुडाचार्य."

"कुठे राहता?"

"खारला सी.सी.पार्क एरियात सर्व्हे नं.३५, बंगला नं.७/३५."

"मयत शारंग गरुडाचार्य ऊर्फ सली सलढाणाशी आपलं नातं?"

"सली सलढाणाशी काही नाही. शारंग गरुडाचार्यची मी पत्नी

होते.''

"लग्न केव्हा झालं?''

"९ फेब्रुवारी, १९६५.''

"म्हणजे दहा वर्षांपूर्वी.''

"होय.''

"शारंग गरुडाचार्यांची वागणूक कशी होती?''

"जशी नवऱ्याची असावी, तशी!''

"दहा वर्षांत तुम्हाला त्याचा कधी संशय आला नाही?''

"कधीच नाही.''

"शारंग गरुडाचार्य म्हणजेच सली सलढाणा हे तुम्हाला केव्हा समजलं?''

"शारंगचं प्रेत पोलिसांना 'मर्डर-हाऊस'मधे सापडल्यानंतर.''

"शारंग आठवड्यातून तीन-तीन दिवस बाहेर राहायचा. कधी काही वाटलं नाही तुम्हाला?''

"त्या अर्थानं कधीच नाही. व्यवसायानिमित्त तो परगावी फिरत असेल अशी समजूत होती माझी.''

"आरोपीच्या पिंजऱ्यात उभ्या असलेल्या तरुणीला ओळखता?''

"होय. चांगली ओळखते.''

"कुठे ओळख झाली?''

"१६ जुलैच्या सोमवारी ती 'ऑल ॲट अ ग्लान्स'ची रिप्रेझेन्टेटिव्ह म्हणून माझ्याकडे आली होती.''

"पुढे काय झालं?''

"तिनं मला बऱ्याच वस्तूंची सॅम्पल्स् दाखवली. मी तिला सांगितलं की माझे मिस्टर संध्याकाळी सात वाजता येतील. तू त्यानंतरच ये.''

"मग ती निघून गेली?''

"नाही. तिला मुलाचा फोटो पाहायचा होता, म्हणून मी तिला माझ्या बेडरूममधे घेऊन गेले. तिला मी जो अल्बम दाखवला त्यातला पहिलाच फोटो पाहिला तिनं.''

“कोणाचा होता?”

“माझा आणि शारंगचा.”

“तुमच्या मुलाचा फोटो पाहिलाच नाही तिनं?”

“नाही.”

“शारंगचा फोटो पाहून ती अस्वस्थ झाल्यासारखी, किंवा गोंधळून गेल्यासारखी दिसली का?”

“ऑब्जेकश्न, युवर ऑनर!” उठत अमर म्हणाला. “या प्रश्नाचं उत्तर म्हणजे साक्षीदाराचं कन्क्लुजन आहे. साक्षीदार फक्त घडलेलं सांगू शकेल. त्यावर स्वतःचं मत प्रदर्शित करू शकणार नाही.”

“ऑब्जेक्शन सस्टेनड्.”

“ऑल-राइट, आरोपीच्या वकिलांच्या इच्छेप्रमाणे मी लांबून तिथे येतो.”

“रिफ्रेन फॉर्म पर्सनॅलिटी.”

“येस, युवर ऑनर.” अमरकडे तुच्छतेनं पाहत दीक्षित म्हणाले. पुन्हा साक्षीदाराकडे वळले.

“ऑल-राइट, नयनादेवी, आरोपीनं शारंगचा आणि तुमचा फोटो पाहिल्यावर काय केलं?”

“तिला अचानक कसलं तरी काम आठवलं आणि कुमारचा फोटो न पाहताच ती निघून गेली.”

“ठरल्याप्रमाणे परत आली?”

“होय.”

“किती वाजता?”

“सातच्या सुमाराला.”

“मधल्या वेळात ती काय करणार होती यावर तुमचं काही बोलणं झालं?”

“हो. तिनं त्या दिवशी सेल्स-एरिया म्हणून खारची निवड केली होती. होईल तेवढा एरिया कव्हर करून ती सातला परत येणार होती!”

“नंतर किती वेळ होती ती?”

“जवळ-जवळ आठ-सव्वा आठपर्यंत.”

“का साडेआठ?”

“असेल. मी त्यावेळी घड्याळाकडे लक्ष देण्याच्या मन:स्थितीत नव्हते.”

“का? असं काय घडलं होतं, ज्यामुळे तुमची मन:स्थिती बिघडावी?”

“शारंग वेळेच्या बाबतीत अत्यंत काटेकोर होता. दर सोमवारी तो सातला म्हणजे सातला घरी येत असे. १६ जुलैच्या संध्याकाळी मात्र साडे आठ वाजले तरी तो आला नव्हता. म्हणून मी अस्वस्थपणे त्याची वाट बघत होते.”

“आरोपीनं जेवण केलं मग?”

“नाही. माझ्याकडे जेवायला आमंत्रण आहे हे विसरून तिनं सी.सी.पार्क रेस्टॉरन्टला जेवण घेतलं होतं.”

“शारंगचा खून झाल्याची बातमी तुम्हाला कशी समजली, आणि केव्हा समजली?”

“रात्री ११च्या सुमाराला मी पोलीस-व्हॅनचा सायरन ऐकला. त्यावेळी मी शारंगची वाट बघत पोर्चमधेच उभी होते. आमच्या इथून ‘सलढाणा इस्टेटी’चा टॉवर दिसतो. थोड्या वेळात टॉवरवर प्रकाश पडला. तिथे पोलिसांची हालचाल दिसली. त्यावेळी मला काहीच माहीत नव्हतं.”

“पण कोणीतरी प्रेत ओळखलं आणि पोलिसांना सांगितलं. इ. ब्रिजनं जीप पाठवून मला बोलावून घेतलं अन्...ते शारंगचं प्रेत होतं.”

“दॅट’स् ऑल ॲन्ड थँक यू.”

“री एक्झॅम्?”

“येस,सर.” खुर्चीतून उठत अमर म्हणाला. ताडताड पावलं टाकत साक्षीदाराच्या पिंजऱ्याजवळ येऊन उभा राहिला.

“नयना देवी, शारंग गरुडाचार्य हा तुमचा नवरा होता?”

“होय. पूर्वीच सांगितलंय् मी ते.”

“तुमच्या लग्नाला दहा वर्षं झाली होती?”

“होय.”

“तुम्हाला एक मुलगा आहे?”

“होय. आठ वर्षांचा आहे तो.”

“घरं कसं चालवता तुम्ही?”

“ओह!...युवर ऑनर, आरोपीच्या वकिलांनी काय आरंभलंय् हे? साक्षीदाराला मुलं किती, ती कोणत्या शाळेत जातात, त्यांचं घर कसं चालतं...या मुद्द्यांना केसच्या दृष्टीनं काही वेटेज तरी आहे का?”

“तुम्ही ऑब्जेक्शन घेऊ शकता.”

“ऑल राईट. आय ऑब्जेक्ट.”

“ऑन व्हॉट ग्राउन्ड?”

“त्यांचा संसार कसा चालतो यावर शारंगचा खून झालेला नाही.”

“युवर ऑनर, मला या प्रश्नांमधून कोर्टाच्या विचारांना एक निराळी दिशा द्यायची आहे.”

“आणि आरोपीवरची केस डिस्‌मिस्‌ करायला लावायचीय्! आय नो, यू आर ट्रिकी!” खवळून दीक्षित म्हणाले.

“नो पर्सनल टच! दीक्षित, तुम्ही खाली बसा.”

चरफडत दीक्षित खाली बसले.

“रीडर, प्लीज, रीड द क्वेश्चन.”

“घरं कसं चालवता तुम्ही?”

“येस. नयनादेवी, कृपया उत्तर द्या.”

“तुमच्या प्रश्नाचा रोख मला समजला नाही.”

“साधा आहे. घरच्या दैनंदिन गरजा, मुलाची वह्या-पुस्तकं, त्याची शाळा, म्युनिसिपालिटीचा टॅक्स...कसं ॲडजस्ट करता?”

“माझा नवरा नोकरीच्या शोधात फिरत नव्हता. त्याचा बिझनेस चांगला व्यवस्थित चालला होता. महिन्याला अडीच हजार रुपये घर खर्चाला द्यायचा तो.”

“काय बिझनेस होता तुमच्या मिस्टरांचा?”

“ते...ते ‘ऑल ॲट अ ग्लान्स’चे मालक होते.”

“शारंग गरुडाचार्य?”

"अं?"

"का सली सलढाणा?"

"दोघं एकच."

"पण हे तुम्हाला शारंगचा खून होईपर्यन्त माहिती नव्हतं. राईट?"

"हं...होय. मला ते माहीत नव्हतं."

"त्यापूर्वी, आपला नवरा कोणता बिझनेस करतो असा समज होता तुमचा?"

"तो बिझनेस करतो एवढंच मला माहिती होतं!"

"इन्टरेस्टिंग! दहा वर्षं झाली लग्नाला तुमच्या. एक मुलगा झाला शारंगपासून. पण दहा वर्षांत, आपला नवरा काय बिझनेस करतो ते समजू शकलं नाही तुम्हाला?"

"......"

"तुम्ही विचारलंत कधी?"

"एक दोनदा विचारलं."

"मग, तो काय म्हणाला? मी कल्हई लावतो भांड्यांना, म्हणून तुम्ही कोणाला सांगत नव्हता?"

"डो'न्ट ट्राय टू डॉमिनेट!"

"ओ.के. काय सांगितलं त्यानं तुम्हाला?"

"त्यानं दोन्ही वेळेला उडवा-उडवीची उत्तरं दिली होती!"

"मग तुम्ही पुन्हा विचारलं नाहीत?"

"नाही."

"का हो, का असं? आपला नवरा काय करतो. हे जाणून घ्यावंसं नाही वाटलं तुम्हाला? त्यानं दोनदा उडवा-उडवीची उत्तरं दिल्यावर त्याच्या बिझनेसबद्दल संशय नाही आला?"

"टु बी फ्रँक...नाही आला. आपल्या नवऱ्यावर प्रत्येक आर्य स्त्रीचा विश्वास असतो. आणि जोपर्यंत तो दरमहा दोन-तीन हजार रुपये घरात देत होता, मला किंवा कुमारला काही कमी पडू देत नव्हता, तोपर्यंत त्याच्या बिझनेसमधे नाक खुपसण्याचं मला काहीच कारण नव्हतं!"

"येस, दॅट'स् द ॲन्सर, आय वॉन्ट! नयनादेवी, बघा हं, माझं काही मिसअन्डरस्टॅन्डिंग होत नाही ना ते. तुम्हाला घर खर्चाकरता शारंग दरमहा दोन-तीन हजार रुपये देत होता. त्यामुळे तुम्ही त्याच्या बिझनेसची चौकशी केली नाही. बरोबर आहे?"

"बरोबर आहे."

"म्हणजे पैसा रेग्युलर येणं महत्त्वाचं होतं. ठीक?"

"ठीक."

"पैसा कुठून येतो, यापेक्षा तो येतो याला महत्त्व होतं. दोन लॉटस् मधल्या इन्टरव्हलच्या रेग्युलॅरिटीला महत्त्व होतं."

"नॅचरली."

अचानक अमरनं नयना गरुडाचार्यंच्या नजरेत आपली मिस्कील निळी नजर मिसळली. तो मंदपणे हसला.

"या सिक्वेन्सचा अर्थ काय होतो नयनादेवी?"

"क...काय?"

"यू वेअर आफ्टर मनी, ॲन्ड मनी ओनली!"

"नो-नो...ते तसं नाही!" गडबडून जात नयना म्हणाली.

"शट-अप्!" पवित्रा बदलत अमर जज्जांकडे वळला."युवर ऑनर, आत्ताच्या प्रश्नांचा सिक्वेन्स लक्षात घेतला तर साक्षीदार नयना गरुडाचार्य ही केवळ पैशांकडे पहात होती हे सिद्ध होईल. आणि..." अमरनं वाक्य अर्धवट सोडलं आणि तो स्वत:च्या ब्रीफकेसकडे गेला. त्यानं ब्रीफ-केस उघडून एक पाकीट बाहेर काढलं. पुन्हा ब्रीफकेस बंद करून तो जज्जांच्या समोर आला.

"युवर ऑनर, युनियन बँक ऑफ इन्डियाच्या सी.सी.पार्क ब्रँचचं हे पत्र आहे. त्यात शारंग गरुडाचार्यच्या पर्सनल अकाऊन्टचं स्टेटमेन्ट आहे. दि.१५ जुलै,१९७५ रोजी शारंगच्या पर्सनल अकाउन्टला नेट एक लाख, सत्तर हजार रुपये जमा आहेत! शारंगच्या मृत्यूनंतर पर्यायानं जे नयना गरुडाचार्यच्या नावे ट्रान्समीट होणार आहेत!"

"हे स्टेटमेन्ट पुराव्याकरता कोर्टानं ठेवून घ्यावं."

"दॅट'स् ऑल ॲन्ड थँक यू!"

"मि. विश्वास, तुम्ही शब्दात अडकवून हे प्रकरण इतक्या लो-लेव्हलला आणाल असं वाटलं नव्हतं मला!" अमरकडे पाहून नयना पुटपुटली आणि खाली मान घालून निघून गेली.

"कॉल युवर नेक्सट् विटनेस."

"श्रीमती विमी सलढाणा."

दीक्षितांनी नाव पुकारताच अमरनं चमकून त्यांच्याकडे पाहिलं. च्यायला! काय चालवलंय काय या टकलूनं? इन्टरेस्टेड विटनेसना होस्टाइल विटनेस म्हणून केसच्या ओपनिंगलाच धडाधड बोलवत सुटलाय् पठ्ठ्या!

विमी सलढाणा साक्षीदाराच्या पिंजऱ्यात येऊन उभी राहिली. सर्वांच्या नजरा तिच्यावर स्थिरावल्या. हार्डली पंचविशीची होती ती. या वयात तिला वैधव्य प्राप्त झाल्यामुळे लोकांची सहानुभूती तिच्या बाजूनं वळली होती.

विमीनं एकदा जळजळीत नजरेनं आरोपीच्या पिंजऱ्यात असलेल्या ताराकडे पाहिलं आणि ती दीक्षितांकडे वळली.

"गीतेची शपथ घेऊन सांगते, मी जे बोलेन ते केवळ सत्यच बोलेन, सत्याला धरून नसलेला एकही शब्द माझ्या तोंडून बाहेर पडणार नाही."

आवाज गोड आहे. पण बारीक आहे. लास्ट रो पर्यंत येईल की नाही शंका आहे.

शांत राहा. शांत राहा. बोलू नका.

"नाव?"

"विमी सलढाणा."

"राहण्याचं ठिकाण?"

"सी ग्लान्स, ४।५ जव्हेरी बझार कॉर्नर, दादर सी-फेस, बॉंबे २८."

"तुमचं आणि सली सलढाणाचं काय नातं?"

"पती-पत्नी."

"किती साली लग्न झालं?"

"१९७२ च्या मे महिन्यात.''

"आधीची ओळख?''

"१९७० पासून मी 'ऑल ॲट अ ग्लान्स'ची सेल्स डिव्हिजन सांभाळत होते.''

"त्यावेळी, सली सलढाणा शारंग गरुडाचार्य नावानं एका स्त्रीचा संसार करतोय हे तुम्हाला माहिती नव्हतं?''

"नॅचरली...डो'न्ट आस्क फूलिश क्वेश्चनस्! माहिती असतं तर मी त्याच्याशी लग्न केलंच नसतं.''

"रागावू नका. कोर्टापुढे सगळं व्यवस्थित सांगावं लागतं. केव्हा समजलं तुम्हाला ते?''

"काय?''

"तेच...सली सलढाणा आणि शारंग गरुडाचार्य ही एकच व्यक्ती असल्याचं?''

"इ. ब्रिजेश लाल सतरा जुलैच्या पहाटे चार वाजता माझ्याकडे आले होते. त्यांनी प्रेताची ओळख पटवण्याकरता मला त्यांच्या जीपमधून खारच्या 'मर्डर हाऊस'ला नेलं होतं. प्रेत पाहिल्यावर मी तो सली असल्याचं इ. ब्रिजना सांगितलं. आणि त्याच वेळी नयना गरुडाचार्य आत आली. तिच्या हातात सलीचा आणि तिचा, लग्नाच्या वेळचा फोटो होता. तेव्हा मला समजलं की सली आणि शारंग ही एकाच व्यक्तीची दोन नावं आहेत!''

"ज्याला आपण 'मर्डर-हाऊस' म्हणतोय, त्याचं खरं नाव आहे 'सलढाणा इस्टेट.' तुमच्या मिस्टरांनी ही इस्टेट केव्हा खरेदी केली तुम्हाला माहिती आहे?''

"नाही. त्याबद्दलही मला पोलिसांकडूनच समजलं. त्यानं मला या प्रॉपर्टी सेटलमेन्टच्या बाबतीत कायम अंधारात ठेवलं होतं.''

"आरोपीच्या पिंजऱ्यात उभ्या असलेल्या तारा मनोहरला ओळखता का?''

"चांगली.''

"केव्हापासून?''

"ती आणि मी १९६६-६७ ते ६९-७० ही चार वर्षं एकाच कॉलेजात, एकाच वर्गात होतो."

"१९७० मार्चला तुमचं कॉलेज-शिक्षण पूर्ण झालं. नंतर तुम्ही काय केलंय?"

"ऑल ॲट अ ग्लान्सची जाहिरात होती. त्यांना सेल्स डिपार्टमेन्ट करता स्मार्ट, ग्रॅज्युएट तरुणी हव्या होत्या. मी आणि तारानं ॲप्लिकेशन्स केले. आम्हाला इन्टरव्ह्यूला बोलावणं आलं. आम्ही सिलेक्ट झालो."

"याच सुमाराला सलीची आणि तुमची ओळख झाली. ओळखीचं रुपांतर प्रेमात झालं. तुम्ही लग्न केलंत."

"बरोबर आहे."

"तुमचं लग्न झाल्यानंतर ताराचं काय झालं?"

"आधी आम्ही दोघी दादरच्या लेडीज होस्टेलला राहात होतो. लग्न झाल्यानंतर मीच तिला म्हटलं की तूही 'सीग्लान्स'लाच राह्यला ये."

"म्हणजे १९७२ पासून तारा तुमच्याकडेच राहाते?"

"होय."

"तारा आणि सलीची रिलेशन्स कशी होती?"

"पहिल्या वर्षात फार चांगली होती."

"आणि नंतर काय झालं?"

"त्यांचं पटेनासं झालं. त्यांच्यात सतत कुरबूर चालायची."

"काय संबंध?"

"काहीच नाही. तिला सली फार आवडायचा. म्हणून ती त्याच्या भोवती भोवती घुटमळायची आणि तो तिला उडवून लावायचा!"

"हा तुमच्या मनातला संशय का फॅक्टस्?"

"फॅक्टस्! तिला मी पाच सहा वेळा मार्क केलंय्. बाथ घेतल्यानंतर नुसता टॉवेल लपेटून त्याच्यासमोरून स्वतःच्या रूममधे पळत जाणं, लो कटचा ब्लाऊज घालून त्याच्याशी वाकून बोलणं...हे प्रकार बऱ्याचदा पाहिलेत मी!"

"आणि तरी तुम्ही तिला हाकलून दिलं नाहीत?"

"हे प्रसंग असे असतात की त्या मागचा हेतू तर तुमच्या लक्षात येतो, पण तुम्ही तसा आरोप करू शकत नाही. शिवाय सलीवर माझा पूर्ण विश्वास होता."

"नाईस! तारा मनोहरवर काय काम सोपवलं होतं तुम्ही?"

"माझं लग्न झाल्यानंतर मी फक्त सेल्स डिव्हिजनचा कॉरस्पॉन्डन्स सांभाळायची. तारावर आम्ही मार्केट रीसर्च आणि बिझनेस एक्सपान्शनचं काम सोपवलं होतं.

"आमच्या तिघांपैकी ज्याला प्रपोज्ड कस्टमर्सचे पत्ते मिळतील तो ते मास्टर लिस्टला अॅड करायचा. त्यातूनच रात्री, मी आणि तारा दुसऱ्या दिवशी ज्यांना टॅकल करायचं अशा कस्टमर्सची लिस्ट तयार करायचो. तारा सकाळी आठला बाहेर पडायची ती साधारण रात्री आठला परत यायची."

"सो हार्ड वर्क?...किती कस्टमर्स कव्हर करणार अशी ती?"

"किमान पंचवीस कस्टमर्सना टॅकल् करायची ती. आणि एखादा अपवाद वगळता सर्व कस्टमर्सच्या ऑर्डर्स आणायची. शी वॉज अ गुड माइन्ड रीडर, अॅन्ड द एक्सेलिंग सेल्समन. म्हणूनच तिला कंपनीची कार दिली होती आम्ही."

"दॅट'स् इट. त्याशिवाय इतके कस्टमर्स कव्हर होणार नाहीत. ऑल राईट. मी आता तुमचं लक्ष सोमवार दि. १६ जुलै,१९७५ कडे वेधणार आहे. त्या दिवशी काय घडलं ते हवंय् मला."

"शनिवार आणि रविवार हे तिच्या सुट्टीचे दिवस असतात. त्यामुळे सोमवारी फ्रेश-मूडमधे तिच्या ऑर्डर्सची संख्या तीसच्या वर जाते. हे नेहमीचं आहे. दर वेळेप्रमाणे तारानं आणि मी मिळून रविवारी रात्री प्रपोज्ड कस्टमर्सची लिस्ट तयार केली होती. आम्ही खारचा सी.सी. पार्क एरिया निवडला होता.

"ती सकाळी ८ ला बाहेर पडली तेव्हा तिच्याजवळ चाळीस नावं होती. तेवढी लिस्ट पूर्ण करायची तर तिला नक्कीच रात्रीचे ८ होणार होते. पण त्या दिवशी तर ती दोन-चार ऑर्डर्स घेऊन पाच-साडेपाचलाच परतली."

"जस्ट अ मिनीट. लिस्टमधे मिसेस गरुडाचार्य हे नाव होतं?"

"होतं. त्यांना भेटून आली होती ती आणि त्यांनी संध्याकाळी सात

नंतर, मिस्टर आल्यानंतर तिला बोलावलं होतं.

"सली नेमका खारच्याच बाजूला जाणार होता. म्हणून ते दोघं बरोबरच बाहेर पडले. सी.सी. पार्कपाशी सली उतरला आणि बूमर घेऊन तारा गरुडाचार्यला भेटायला गेली."

"विमीदेवी, त्यानंतर तारा केव्हा परत आली?"

"साधारण...हो, नऊच्या सुमारालाच."

"आता विमीदेवी, पुढचा प्रश्न महत्त्वाचा आहे. नीट लक्ष द्या. १६ जुलैच्या रात्री, किंवा १७ जुलैच्या पहाटे काही विशिष्ट घटना घडल्याचं आठवतं तुम्हाला?"

"ब्रिजेश लाल?"

"हं."

"इ. ब्रिजेश लाल झडतीचं वॉरन्ट घेऊन आले होते. त्यांनी संपूर्ण फ्लॅटची झडती घेतली."

"काय मिळालं?"

"एक रिव्हॉल्व्हर!"

"सली रिव्हॉल्व्हर वापरायचा?"

"कधीच नाही."

"तुम्ही?"

"मी त्या दिवशी पहिल्यांदा पाहिलं ते!"

"मग तुमच्या फ्लॅटमधे रिव्हॉल्व्हर आलं कुठून?"

"सॉरी, मि. बॅरिस्टर, आय ॲम् नॉट अ डिटेक्टीव्ह! सली त्याच्या जवळ रिव्हॉल्व्हर असल्याचं कधी बोलला नव्हता. त्याच्याजवळ मी कधी रिव्हॉल्व्हर पाहिलेलं नव्हतं. माझा रिव्हॉल्व्हरशी काहीच संबंध नाही. आता रिव्हॉल्व्हर आमच्या फ्लॅटमधे कसं आणि कुठून आलं हे पोलिसांनी ठरवाय्चंय्, मी नाही."

"थँक यू, ॲन्ड दॅट'स् ऑल. क्रॉस." विजयी मुद्रेनं अमरकडे पाहत दीक्षित म्हणाले. अमर जागचा उठला.

"देवीजी, यू आर अन्डर ओथ!" थंड नजर तिच्यावर रोखत अमर

म्हणाला आणि तिची नजर खटकन् त्याच्या नजरेला भिडली.

"आय नो दॅट यू नीड नॉट् री-कॉल द फॅक्टस्."

"कंपनीची पद्धत काय म्हणालात तुम्ही?"

"कशाबद्दल विचारताय?"

"प्रपोज्ड् कस्टमर्सची लिस्ट ठरवण्याबद्दल."

"ती मी आणि तारा बनवायचो."

"रविवारी रात्रीच्या लिस्टमधे मिसेस् नयना गरुडाचार्यांचं नाव कोणी ॲड केलं होतं? तुम्ही?"

"अं...हो."

"कुठून मिळवलं?"

"अनेक सोअर्सेसनं इन्फर्मेशन कलेक्ट करायचो आम्ही. त्यातल्या नेमक्या कोणत्या सोअर्सनं ते मिळालं, ते सांगणं कठीण आहे."

"ऑल-राइट, आता एकच शंका आहे मला. रिव्हॉल्व्हरबद्दल काय म्हणालात आत्ताच्या साक्षीत तुम्ही?"

"काय म्हणाले?...हं, लालना झडतीत रिव्हॉल्व्हर सापडलं, असंच म्हणाले मी."

"आणखी?"

"आणखी?...ते माझं किंवा सलीचं नाही असं सांगितलं मी."

"एक गोष्ट सांगायची राहिली विमीदेवी."

"विचारलेल्या प्रत्येक प्रश्नाचं उत्तर दिलेलं आहे मी."

"ते तर मीही ऐकलंय्. पण एका प्रश्नाचं अपूर्ण उत्तर दिलंत तुम्ही."

"तुम्ही विचारा तो प्रश्न."

"तुमच्या फ्लॅटमधे रिव्हॉल्व्हर आलं कुठून?"

"आय् डो'न्ट् नो."

"हे तुमचं उत्तर नक्की?"

"हो."

"देवीजी, आपण इ. लालला जे स्टेटमेन्ट लिहून दिलं आहे, त्यात

असं म्हटलंय् का, की रिव्हॉल्व्हर हा प्लान्टेड इव्हिडन्स होता?''

विमीनं अमरची नजर चुकवत दीक्षितांकडे पाहिलं. दीक्षित टाळूवर गरगरा हात फिरवत होते. विमीचं स्टेटमेन्ट अमरला कसं समजलं याचं त्यांना राहून-राहून नवल वाटत होतं. अचानक त्याचं उत्तर त्यांना मिळालं आणि त्यांनी रागारागानं ताराकडे पाहिलं.

''देवीजी, आपण उत्तर दिलं नाहीत.''

''हो. तसं स्टेटमेन्टमधे लिहिलंय् मी.''

''गुड! म्हणजे त्यावेळी तुम्हाला ती इ. लालची कारवाई वाटत होती.''

''हो.''

''आणि आता वाटत नाही?''

''नाही.''

''मधे अशी एखादी घटना घडली का, की ज्यामुळे तुमचं मत नेमकं साफ बदलावं?''

''तसंच काही नाही. त्यावेळी मला तसं वाटत होतं. आता मला वाटतंय् की ती माझी चूक होती!''

''आणि उद्या तुम्हाला वाटेल बॅ. विश्वासांनीच आरोपीला वाचवण्याकरता ते तुमच्या संडासाच्या माळ्यावर टाकलं!...अं?''

''स्टॉप धिस फुलिश बिझनेस.''

''व्हेरी सर्टनली. मला फक्त दोन मतांमधल्या फरकाचं कारण हवंय्. नेक्स्ट मिनीट, यू विल् बी सेट फ्री.''

''कारण माझ्या मनाला तसं वाटलं. या पलीकडे...''

''कारण मी सांगतो!'' करड्या स्वरात अमर म्हणाला आणि विमी जागच्याजागी चुळबुळली.

''तुमची आणि सरकारी वकिलांची कधी भेट झाली होती?''

''ऑब्जेक्शन...ऑब्जेक्शन!'' टाळूवर फिरणारा हात ताठ करत दीक्षित ओरडले. ''आय ऑब्जेक्ट ऑन द ग्राउन्ड-धिस इज नॉट प्रॉपर क्रॉस क्वेश्चनिंग. द क्वेश्चन्स आर इररिलेव्हन्ट, इम्मटेरिअल, इमप्रॉपर ॲन्ड

इनकॉम्पिटन्ट! केसच्या तयारीच्या दृष्टीनं साक्षीदारांचं म्हणणं ऐकण्याकरता वकिलाला साक्षीदारांना भेटावंच लागतं.''

''पण केस फिरवण्याकरता त्यांना एखादा मुद्दा पढवायला लागत नाही! युवर ऑनर, हा साक्षीदार पढवलेला आहे. कोर्टात तिनं रिव्हॉल्व्हर हा प्लान्टेड इव्हिडन्स वाटला असं सांगू नये, असं तिला बजावण्यात आलं आहे.''

''विमीदेवी, तुमचं बॅ. दीक्षितांशी अशा पद्धतीचं बोलणं झालं नव्हतं?''

''युवर ऑनर, युवर ऑनर,'' घाईघाईत दीक्षित म्हणाले; ''साक्षीदाराला मी काहीही पढवलेलं नाही. आरोपीचे वकील हा गचाळ आरोप करतायत माझ्यावर. मी साक्षीदाराला फक्त इतकंच सांगितलं होतं, की इ. ब्रिजेश लाल हे कर्तव्यदक्ष पोलीस-ऑफिसर आहेत. ते अशाप्रकारे पुरावा निर्माण करणार नाहीत.''

''ऑब्जेक्शन सस्टेन्ड.''

''थँक यू, युवर ऑनर.''

''थँक यू, अँन्ड दॅट'स् ऑल.''

बॅ. दीक्षित गंभीरपणे उभे राहिले. कोर्टानं कान टवकारले. पुढचा साक्षीदार कोण? यावेळी दीक्षितांनी सगळा सिक्वेन्सच बदलला होता. आता ते कोणाला कॉल देतील याचा नेम नव्हता.

''युवर ऑनर, अनुक्रमे पहिले दोन साक्षीदार नयना गरुडाचार्य आणि विमी सलढाणा यांच्या साक्षीवरून असं सिद्ध झालेलं आहे, की मयत सली सलढाणा हा दुहेरी जीवन जगत होता. त्यानं दोन बायका केल्या होत्या. दोन संसार थाटले होते.

''विमी सलढाणाची कॉलेजातली मैत्रीण तारा मनोहर ही सलीच्या 'ऑल अॅट अ ग्लान्स'मध्ये सेल्स-गर्ल म्हणून काम पहात होती. पण मालक आणि नोकर याहून त्यांचे संबंध अधिक होते.

''विमीची मैत्रीण म्हणून आरोपी तारा मनोहर ही तिच्याच फ्लॅटमधे राहत होती.

''विमी आणि तारा या दोघी मैत्रिणी एकाच वयाच्या, एकाच शैक्षणिक

पातळीपर्यंत शिकलेल्या, सौंदर्यातही कमी अधिक नसलेल्या, अशा परिस्थितीत सलीनं लग्नाकरता विमीची निवड केली. तारा अविवाहित राहिली.

"युवर ऑनर, खरी सुरुवात इथून, विमी आणि सलीच्या लग्नापासून झाली. विमीचं लग्न व्हावं, तिला सलीसारखा देखणा, श्रीमंत नवरा मिळावा आणि आपण मात्र तशाच!

"विमीकडे राहात असताना चोवीस तास हे विचार ताराला सतावत. त्यातून तिला दोघांच्या प्रेमळ सलगीतले बारकावे टिपण्याची सवय लागली. एक प्रकारे विमीच्या जागी स्वत:ला कल्पून विमीच्या माध्यमातून ती सली आणि विमीच्या हालचालींकडे पाहू लागली.

"युवर ऑनर, हा तिचा दोष नव्हता, तिच्या वयाचा दोष होता, निरीक्षण करता करता तिच्या मनात सलीबद्दल अभिलाषा उत्पन्न झाली. कधी तरी तो आपल्या वाट्याला यावा म्हणून ती प्रयत्न करत राहिली. पण सलीच्या ते लक्षात तरी आलं नसावं, किंवा सलीला ती आवडत तरी नसावी!...काहीही असो, सलीनं तिला थोडादेखील रिस्पॉन्स दिला नाही, आणि झिडकारूनही टाकलं नाही.

"तीन वर्षं तारा सलीच्या प्राप्तीकरता तळमळत होती. सरळ सरळ ते शक्य नाही हे तिच्या लक्षात आलं होतं आणि म्हणूनच ती संधीची वाट पाहत होती. तिला सलीच्या टॉप-सीक्रेटस्‌मधलं असं एखादं सीक्रेट मिळायला हवं होतं, जे तिनं ओपन करू नये म्हणून तो वाटेल ते द्यायला तयार होईल.

"आणि १६ जुलै १९७५...! युवर ऑनर, तिला ती संधी मिळाली. ती मार्केट रिसर्चकरता खारला गेली असता नयना गरुडाचार्यकडे तिला एक स्फोटक माहिती समजली!

"नयना गरुडाचार्यचा नवरा शारंग गरुडाचार्य हा दुसरा तिसरा कोणी नसून सली सलढाणाच होता!

"हे समजताच तारानं त्या दिवसाचं पुढचं काम रद्द केलं. तडक घरी आली. घरी आल्यावर मुद्दामच तिनं सलीसमोर खारला संध्याकाळी साडेसातला एक ॲपॉइन्टमेन्ट असल्याचा उल्लेख केला. सलीलाही खारलाच यायचं असल्यामुळे त्यानं तिला स्वत:च्या बूमरमधूनच चलण्याचा आग्रह केला.

“तिला हेच हवं होतं! बूमरमधे सली आणि ताराशिवाय कोणी असणार नव्हतं. एकांतात तिला त्याचा रहस्यस्फोट करता आला असता.

“सी.सी.पार्कला तिनं सलीला सोडलं. नंतर बूमर घेऊन आपण, निघून जात आहोत असं दाखवून तिनं सलीच्या पाठलागाला सुरुवात केली.

“आपला पाठलाग होतोय हे सलीच्या लक्षात देखील आलं नव्हतं. तो आपला सरळ चालत ‘मर्डर हाऊस’कडे गेला.

“मर्डर हाऊसचा वापर सलीनं फार खुबीनं केला होता. तिथे त्याचे अनेक कपड्यांचे जोड होते. इतर दाढी वगैरेचं सिलेक्टेड सामान होतं. गरुडाचार्यकडून निघताना त्यानं जो सूट घातला असेल तोच त्याला तिच्याकडे परतताना घालायला पाहिजे. विमीच्याही बाबतीत तेच. जाताना नवरा काळ्या सुटात गेला आणि येताना चॉकलेटी सुटात आला तर ते संशयास्पद होतं. म्हणून कपडे बदलण्याकरता जागा ठेवली त्यानं तिथे.”

“तो मर्डर हाऊसमधे शिरला तेव्हा तारा त्याच्या मागोमागच होती. एका खोलीतला दिवा प्रकाशित झालेला तिनं पाहिलं आणि तिच्या लक्षात आलं की त्या खोलीच्या खिडक्यांचा वरचा हाफ् पोर्शन काचांचा आहे.”

“ती ताबडतोब धावत धावत रूमच्या बाहेरच्या भिंतीपर्यन्त आली. तिनं खिडकीच्या काठाचा आधार घेऊन डोकं काचेपर्यंत नेलं आणि तिला स्वर्ग दिसला. तो कपडे बदलत होता.”

“ती त्याचं निरीक्षण करत असतानाच सलीचं तिच्याकडे लक्ष गेलं आणि सली घाबरला. पण तसं न दाखवता त्यानं तिला आत बोलावलं.”

“तारा आत गेली आणि तिनं त्याला सत्य परिस्थितीची थोडक्यात कल्पना दिली. आपण खार विभागात शारंग गरुडाचार्य नावानं वावरतोय हे तिला समजलं, हे लक्षात येताच सली चांगलाच हादरला. तिच्याशी कॉम्प्रोमाईज करायला तयार झाला. पण कॉम्प्रोमाईज होत नव्हतं. सली तिला पैशाच्या जोरावर विकत घ्यायला पाहत होता, आणि ताराला सलीचं शरीर हवं होतं.

“कॉम्प्रोमाईज होत नाही असं पाहिल्यावर सली तडकला. त्यांची तिथे बाचाबाची झाली. सली चिडून तिच्या अंगावर धावून गेला. पण तारा जवळ एक रिव्हॉल्व्हर आणि त्यावर सायलेन्सर बसवलेला आहे हे त्याला

माहीत नव्हतं.

"तो अंगावर धावून येताच तारानं पर्समधलं रिव्हॉल्व्हर काढलं अन् सलीच्या अंगावर झाडलं!

"युवर ऑनर, मी अत्यंत थोडक्यात कोर्टासमोर केस मांडली आहे. आता या हकिकतीला बळकटी आणणारे पुरावे मी सादर करणार आहे."

प्रसन्न मुद्रेनं दीक्षितांनी अमरकडे पाहिलं. त्यांच्या मते त्यांनी काँक्रिट फौन्डेशन टाकलं होतं. पण अमरच्या हास्यातला उपहास त्यांच्या विश्वासाच्या चिंधड्या उडवून गेला! ते अस्वस्थ झाले.

"युवर ऑनर," उठून उभा राहात अमर म्हणाला, "सरकारी वकिलांनी कोर्टासमोर जी हकीकत मांडली, त्यातले काही मुद्दे केवळ गैरसमजावर आधारित आहेत. काही मुद्दे काल्पनिक आहेत. आणि ते केसच्या दृष्टीनं निरुपयोगी आहेत हे सिद्ध करणं माझं, आरोपीचे वकील या नात्यानं कर्तव्य आहे."

गोची!...गोची! कोर्ट कुठे तरी हग्गा करणार! एक वाक्य सरळ जाऊ देत नाही हा बेण्या! पक्का गोची-मास्टर आहे!

अस्वस्थपणे हालचाली करत दीक्षित स्वत:च्या जागेवर जाऊन बसले. अमर हे मुद्दे किती समर्थपणे खोडतो, यावर केसच्या फौंन्डेशनचा भक्कमपणा अवलंबून होता.

"फर्स्ट ऑफ ऑल, युवर ऑनर, ताराच्या मनात सली सलढाणा विषयी आसक्ती होती ही गोष्ट सिद्ध झालेली नाही!"

"युवर ऑनर...खुद्द विमी सलढाणानं..." तो आपला मुद्दा कोणत्या पॉईन्टवर खोडणार हे लक्षात येताच बॅ. दीक्षित वाक्य अर्धवट सोडून, दुर्मुखलेल्या चेहऱ्यानं खाली बसले. त्यांचा हात आपोआपच टकलावर खारका मारण्याकरता गेला!

"येऽस...बॅ. दीक्षित, तुम्ही काहीतरी बोलणार होता." खट्याळपणे हसत अमर म्हणाला.

टक्!

दीक्षितांनी स्वत:च्या टकलावर मारलेल्या खारकेचा आवाज शेवटच्या

रोपर्यंत ऐकायला गेला आणि कोर्टात हशा पिकला.

"ऑर्डर...ऑर्डर!" हॅमर आपटत जज्जही मिस्कीलपणे हसत म्हणाले आणि कोर्ट पुन्हा शांत झालं.

"युवर ऑनर, सरकारी वकिलांनी ताराच्या असफल प्रेमाची जी कहाणी कोर्टासमोर रंगवलीय्, ती साक्षीदार विमी सलढाणाच्या साक्षीवरनं, पण विमी सलढाणा मयत सली सलढाणाची पत्नी होती, हे लक्षात घेता तिच्या साक्षीचं वेटेजच नाहीसं होतं!

"मला सरकारी वकिलांना एक प्रश्न विचारायचा आहे. कोर्टाची जर परवानगी असेल तर..."

"मि. विश्वास, तुम्ही प्रश्न विचारू शकता. परंतु प्रश्न अपमानास्पद वा चेष्टायुक्त असेल तर त्याचं उत्तर देणं सरकारी वकिलांच्या मनावर राहील."

"तसं काही विचारलं गेलं तर मी आरोपीच्या वकिलांना बार ॲसोसिएशन समोर खेचीन." दीक्षित सावध होत म्हणाले.

"साधा प्रश्न आहे. कोर्टाच्या कामाकरता तुमचा किती वेळ जातो?"

"साडे-दहा ते साडे-पाच पर्यंत. सात तास."

"कोर्टात येण्यापूर्वी आणि कोर्टातून घरी गेल्यावर, दुसऱ्या दिवशीची तयारी करण्याकरता तुमचा किती वेळ जातो?"

"मिनीमम चार ते सहा तास."

"पाच तासांचं ॲव्हरेज धरू आपण ओ.के.?"

"चालेल. पण या केसशी त्याच काय संबंध आहे?"

"जस्ट अ मिनीट, ऐका तर खरं, चोवीस तासातले बारा तास तर गेले. झोपता किती तुम्ही?"

"आठ तास."

"वीस तास झाले. म्हणजे तुमच्या खाजगी आयुष्याकरता फक्त चार तास राहतात. त्यातला निदान एक तास आवरण्यात जातो. अर्धातास जेवण्यात जातो. अर्धा-पाऊण तास पेपर वाचण्यात जातो. पेपर वाचता ना?"

“हो, दोन तास त्यात जातात.”

“म्हणजे साडे तेवीस तास! थोडक्यात म्हणजे, टवेन्टी फोर अवर्स सेकन्ड टु सेकन्ड एंगेज्ड असता तुम्ही. आता गैरसमज करून घेऊ नका, पण आपण ब्रह्मचारी आहात. उरलेल्या वेळात किती वेळा आपल्या मनात लग्नासंबंधीचे विचार येतात?”

“हॅ!...स्टॉप धिस नॉनसेन्स! एक दिवस मी तुम्हाला खरोखरच ॲसोसिएशनसमोर खेचणार आहे.”

“तुमच्या लग्नाबद्दल मी काही म्हणत नाही दीक्षित-पहिल्यांदाच मी सांगितलं, की गैरसमज करून घेऊ नका.”

“आता आपण ताराच्या डेली-लाईफचा विचार करू. सकाळी ८ ते रात्री ७ पर्यंत तर ती फिरतीवरच असते. या बारा तासात तिला अनेक प्रकारचे कस्टमर्स भेटत असतात. अनेकांना कन्व्हिन्स करताना तिचं अर्ध रक्त आटतं. फिरणाऱ्या श्रमाने, सतत बोलण्यानं, बारा तासात ती अठरा तासांची एनर्जी वेस्ट करते.”

“बारा तासांची कष्टाची ड्यूटी. क्स्टमर्सची लिस्ट करणं, नवीन पत्ते मिळवणं, रिपोर्ट करणं, अकाउन्टस् देणं...सोळा तास गेले. बायकांना आवरण्याकरता दोन तास लागतात. म्हणजे जेवणखाण आणि आवरणं ह्यात अडीच तास गेले. मेक-अप् मधे अर्धातास गेला. झोपेकरता फक्त पाच-सहा तास उरले.”

“आता मला सांग, मि. बॅरिस्टर, विमी आणि सलीच्या प्रेमातील बारकावे टिपण्याकरता ताराला वेळ मिळेल कसा?”

“आणि सर्वात महत्त्वाची गोष्ट, युवर ऑनर, की ज्यामुळे तारा सलीच्या तथाकथित प्रेम प्रकरणावर बोळा फिरणार आहे...शी इज इन लव्ह वुइथ अ हॅन्डसम् यंगस्टर. दोघं नुकतंच लग्न करणार होते!”

तारानं झटकन् अमरकडे पाहिलं. तिच्या चेहऱ्यावर आश्चर्याचे भाव पसरले होते. अमरला ते कसं कळलं म्हणून ती आश्चर्यचकित झाली होती; का तसं काही नसताना अमरनं विधान केलं होतं म्हणून तिला आश्चर्य वाटलं होतं, कोणास ठाऊक!

"आज आपण इन्टरव्हल न घेता केसचं प्रिलिमिनरी वर्क पूर्ण केलंय् जर दोन्ही पक्षाच्या वकिलांची हरकत नसेल, तर आज आपण इथेच थांबू." कोर्टात भिंतीवर टांगलेल्या घड्याळाकडे पाहत जज्ज केसर म्हणाले.

"आय डो'न्ट ऑब्जेक्ट."

"आय डो'न्ट टू."

"व्हेरी वेल," जज्ज केसर म्हणाले. "द केस इज कन्टिन्यूड अनटिल टेन थर्टी टुमारो मॉर्निंग. कोर्ट इज अॅड्जर्नड्."

कोर्ट-रूममधून बाहेर पडताना दीक्षित सतत विचार करत होते...

आपण बेसिक फौन्डेशन कॉंक्रिट केलं. पण ते आपल्या बाजूनं, का आरोपीच्या बाजूनं?

❖❖❖

चार

विटनेस रूमच्या दरवाज्याकडे सर्वांच्या नजरा वळल्या. आणि साक्षीदार म्हणून प्रवेश करणाऱ्या कोवळ्या तरुणाकडे पाहून बऱ्याच जणांना आश्चर्य वाटलं. दीक्षितांनी हा साक्षीदार बोलावून वेडेपणा केला होता. क्रॉसिंगच्या वेळी अमरनं कच्चा खाल्लाच असता त्याला.

कोर्टात येण्याकरता म्हणून त्याने खास ठेवणीतले कपडे घातले होते. घोटून-घोटून दाढी केल्यामुळे गालांवरचं कोवळं कातडं बरंच तांबूस झालं होतं. डोक्यावरचा प्रत्येक केस काळजीपूर्वक राजेश खन्ना स्टाईल बसला होता.

आपल्यामुळे केसला फार निराळं वळण लागणार आहे, अशा रुबाबात तो स्टॅन्डमधे येऊन उभा राहिला. फुटलेला आवाज शक्यतो मंजुळ करण्याचा प्रयत्न करत त्यानं शपथ घेतली.

"नाव?"

"सुहास गोखले."

"वय?"

"अठरा पूर्ण."

"कुठे राहातोस?"

"शारंग गरुडाचार्यच्या शेजारच्या बंगल्यात."

"तुला ऐच्छिक साक्ष द्यायची आहे?"

"होय. पेपरात मी या खटल्याची हकीकत वाचली, आरोपीचा फोटो

पाहिला, मयताचा फोटो पाहिला आणि वस्तुस्थिती कळताच मला असलेली माहिती कदाचित केसच्या दृष्टीनं उपयोगी पडेल, म्हणून मी तुमच्याकडे आलो.''

"समोरच्या पिंजऱ्यात उभ्या असलेल्या आरोपीला ओळखतोस?''

"कधीच विसरणार नाही!'' तिच्याकडे जळजळीत कटाक्ष टाकत तो म्हणाला, "मला एकदा ती कुत्रा म्हणाली होती.''

"नेव्हर माईन्ड. आरोपीला तू कुठे पाहिलंस, आणि किती वेळा?''

"दोन वेळा आरोपीला मी निश्चित पाहिलं. आणि तिसऱ्या वेळी मात्र मी तिला पाहिलं हे खात्रीपूर्वक सांगू शकत नाही.''

"ठीक आहे. पहिल्यावेळी कुठे पाहिलंस तिला?''

"१६ जुलैच्या दुपारी दोन वाजता ती गरुडाचार्यांकडे आली होती. त्यावेळीच तिनं मला 'कुत्रं नाही ना?' असं विचारलं होतं.''

"दुसऱ्या वेळी कुठे दिसली तुला ती?''

"मी संध्याकाळी सी.सी.पार्क रेस्टॉरन्टला बसलो असताना, समोरच्या पार्किंग लॉटजवळ एक कार थांबत होती. त्या कारमधे आरोपी होती. तिच्या शेजारी एक मनुष्य होता.''

"त्या माणसाला ओळखू शकशील तू?''

"नक्की. त्याच्या तोंडावर रस्त्यावरच्या ट्यूबचा स्वच्छ प्रकाश पडला होता.''

"हा फोटो बघ आणि सांग. हाच मनुष्य होता तो?''

सुहासनं दीक्षितांच्या हातातून फोटो घेतला. नीट निरखून पाहिला.

"सेन्ट परसेन्ट शारंग गरुडाचार्य होते ते. त्या वेळीही मला शंका आली होती, की ही मुलगी गरुडाचार्यांबरोबर कशी?''

"पुढे काय झालं?''

"नंतर मला जरा विचित्र वाटलं. आमच्या सर्व्हेकडे आरोपी गेली आणि गरुडाचार्य मात्र निराळ्याच दिशेने गेले?''

"तुला विचित्र वाटलं. मग तू काय केलंस?''

"मी काय करणार? मोठ्या माणसांच्या भानगडीत कशाला तोंड

खुपसायचं, म्हणून मी गप्प बसलो.''

''वेल, तिसऱ्यांदा तुला आरोपीला पाहिल्यासारखं वाटतं?''

''होय.''

''केव्हा आणि कुठे?''

''साधारण नऊपर्यंत मी रेस्टॉरन्टला रेकॉर्डस ऐकत बसलो. आत्ता मी जी घटना सांगितली, त्यानंतर जवळ जवळ तासानं, म्हणजे साडे-आठच्या सुमाराला...आठ वाजले असतील कदाचित, पण मी सिगारेटचं पाकीट घेण्याकरता बाहेर आलो आणि त्याचवेळी एक कार मला पास झाली. त्यातली तरुणी आरोपीच असावी.''

''कशावरून?''

''तिची हेअर स्टाईल, तिचा ड्रेस...सगळं बरोबर तसंच होतं.''

''ती तरुणी आरोपीच होती हे आणखी चांगल्या कारणानं सिद्ध करू शकशील?''

क्षणभर सुहास आठवत उभा राहिला.

''हं...बूमर!''

''बूमर काय?''

''आरोपीला मी दुसऱ्यांदा पाहिलं तेव्हा मी सहज तिच्या कारचा मेक आणि नंबर पाहिला होता. बुमर जातीची KLJ 63 नंबरची कार होती ती. येस, आय रिमेम्बर. आणि सिगारेटचं पॅक घेण्याकरता मी बाहेर आलो तेव्हा मला जी कार पास झाली ती ही KLJ 63 बूमर होती!''

''क्रॉस.''

''बाळ सुहास,'' त्याच्या लबाड कोकणस्थी डोळ्यांत आपली निळी नजर रोखत अमरनं विचारलं,''पहिल्याच भेटीत आरोपीनं तुला उद्देशून 'तू कुत्रा आहेस' अशा आशयाचं टॉन्टिंग केलं होतं?''

''होय, काही कारण नसताना.''

''मग तुला राग नाही आला?''

''राग?...शक्य असतं तर...शक्य असतं तर...''

''लीव्ह इट. शक्य नाही ते!'' अमरनं सहजगत्या सुहासचं माप

काढलं आणि तो गोरामोरा झाला.

"बूमर कार आहे तुझी?"

"हॅं! माझे बाबा बसचे सुद्धा पैसे वाचवतात!"

"बूमर जातीची कार कोणत्या रंगाची होती?"

"फेन्ट ब्ल्यू."

"गुड. नंबर प्लेट पाहिलीस ना तू?"

"हो. त्याशिवाय मला नंबर लक्षात राहिलाच नसता."

"कशी होती?"

"कशी म्हणजे?...नंबर प्लेटसारखी होती."

"लेटरिंग किंवा नंबरमधे वैशिष्ट्य नव्हतं?"

"निदान मला तरी जाणवलं नाही."

"मग तुला नंबर दिसलाच नाही! ठीक आहे, बूमर कार कशी दिसत होती."

"छान दिसत होती."

"शेप कसा होता?"

"आकर्षक."

"लंबुळकी होती का छोटी होती? बॉनेट स्लोपचं होतं, का उंच होतं? सीलिंग कव्हर कसं होतं?"

"हे सगळं मी सेकंदात पाहावं,अशी तुमची अपेक्षा आहे का?"

"हं. ते विसरलोच होतो मी! बूमर कार तू पाहिली नाहीस यापूर्वी?"

"नाही."

"मग ती बूमर कशावरून होती?"

"कशावरून म्हणजे?...मी नाव वाचलं ना कारचं!" सुहास म्हणाला आणि अमर हसायला लागला.

"मि. सुहास गोखले, फॉर युवर इन्फर्मेशन, बूमरची नंबर प्लेट मागे असते, पण कारचं नाव फक्त ड्रायव्हिंग व्हीलच्या चकतीवर असतं!" अमर म्हणाला आणि क्षणात सुहासचा चेहरा पाहण्यासारखा झाला.

"दॅट'स् ऑल, युवर ऑनर."

अमर जागेवर जाऊन बसला तरी बॅ. दीक्षित स्वत:च्या विचारामधे गुंग होते.

"मि. प्रॉसिक्यूटर..."हॅमर आपटत जज्ज म्हणाले अन् दीक्षित टुण्दिशी उभे राहिले.

"युवर ऑनर, पुढचा साक्षीदार बोलावण्यापूर्वी मला आरोपीला काही प्रश्न विचारायचे आहेत. इफ द कोर्ट प्लीज..."

"परमिशन ग्रॅन्टेड."

बॅ. दीक्षितांनी मान डोलावली. "थँक यू, युवर ऑनर," ते म्हणाले आणि थेट आरोपीच्या पिंजऱ्याजवळ जाऊन उभे राहिले.

"मिस तारा देवी,मयत सली सलढाणा आणि शारंग गरुडाचार्य ही एकच व्यक्ती आहे हे तुम्हाला केव्हा समजलं?"

"१६ जुलै,१९७५ च्या दुपारी."

"तोपर्यंत माहीत असतं तर तुम्ही मैत्रिणीला सावध केलं असतं?"

"त्यावेळी मी काय केलं असतं, ते मी काही सांगू शकत नाही."

"ऑल राईट, सलीची दोन रुपं समजल्यावर तुम्ही काय केलंत?"

"त्या बाबतीत काहीच नाही."

"तुम्ही विमीला कल्पना दिली नाहीत?"

"नाही."

"ती तुमची मैत्रीण होती."

"म्हणूनच कल्पना दिली नव्हती. ही गोष्ट तिला समजली असती तर तिनं सलीला त्याबद्दल विचारलं असतं. गरुडाचार्यांकडे जाऊन खात्री करून घेतली असती. आणि तिचा सोन्यासारखा सुरळीत चाललेला संसार धुळीला मिळाला असता."

"ओह!" आय सीऽ! छद्मीपणे हसत बॅ.दीक्षित म्हणाले,"तुमचं मित्रप्रेम फारच उच्च प्रतीचं, अनाकलनीय आहे."

"तुमच्या म्हणण्याचा अर्थ मी समजले नाही!"

"नाही?...मी समजावून सांगतो. सलीचं हे गुपित विमी आणि नयनापर्यंत पोचू नये म्हणून किती रुपये मिळाले तुम्हाला सलीकडून?"

"व्ह...व्हॉट द हेल, यू आर गोईंग टु प्रूव्ह?"

"तारादेवी, हुषार आहात! एका दगडात दोन नाही, तीन पक्षी मारलेत तुम्ही! स्वत:च्या तोंडानं तर मैत्रिणीला सलीच्या दुहेरी जीवनाची कल्पना दिली नाही. ती देऊ नये म्हणून सलीकडनं पैसे उकळले, आणि सलीचा खून झाल्यामुळे त्याचं दुहेरी अस्तित्व सिद्ध झालं."

"डो'न्ट ट्राय शो डाऊन. मी सलीकडनं पै देखील घेतलेली नाही. पगार आणि कंपनीच्या खर्चाव्यतिरिक्त मी त्याच्याकडून काहीच पैसे मागितले नव्हते!"

"नीट विचार करून आठवून सांगा, तारादेवी. १६ जुलै ७५ च्या दिवशी संध्याकाळी सलीनं तुम्हाला चेक दिला नाही?"

"नाही."

"आणि मी तसं सिद्ध केलं तर?"

"अवश्य करा."

तरतरा चालत दीक्षित आपल्या बेंचपर्यंत गेले. त्यांनी बेंचवरच्या छोट्या अ‍ॅटॅचीतून कागदाचा एक बंच काढला. त्यावरचा रबरबॅन्ड बाजूला करून ते जज्जांच्या टेबलापाशी गेले.

"युवर ऑनर, हे सली सलढाणाचं चेक बुक. यातला टी.एल.००७५९४ नंबरचा चेक मिस तारा मनोहरला दिल्याबद्दल काउन्टर फाईलला नोंद आहे. अमाऊन्ट पन्नास हजारांची आहे! हा अकाऊन्टला भरला गेलेला चेक क्लीअरन्सकडून आल्यानंतर मी तो पुराव्याकरता बँकेकडून आणला आहे. काऊन्टर फाईलचा आणि सेकन्ड हाफचा नंबर, नाव तारीख, रक्कम सर्व टॅली होतंय्!"

"हे तारा मनोहरच्या अकाऊन्टस्चे उतारे. सतरा जुलै, १९७५ रोजी तिनं हा पन्नास हजाराचा चेक अकाउन्टला डिपॉझीट केलाय. २० जुलै, १९७५ ला तिच्या अकाऊन्टरवर पन्नास हजारांची क्रेडिट-एन्ट्री आहे!"

"सरकारी वकिलांची हरकत नसल्यास..."

"जरूर पहा. सर्व डॉक्युमेन्टस तुमच्या करताच आणलीयत मी!"

अमरनं कागदाचा बंच हातात घेतला. पे-इन-स्लिप, चेक, अकाऊन्टचं

स्टेटमेन्ट...सर्व काही काळजीपूर्वक पाहिलं.

"युवर ऑनर, ही डॉक्युमेन्टस् पुरावा म्हणून सादर करण्यात यावीत."

"नो ऑब्जेक्शन."

क्लार्कनं बंचमधली डाक्युमेन्टस् मोजली. त्यावर एक्झीबिशनची लेबल्स लावली.

"तारादेवी, अजून तुम्ही नाकारता, की सली सलढाणानं हे गुपित लपवण्यासाठी तुम्हाला पन्नास हजार रुपये दिले?" केस जिंकल्याच्या अविर्भावात दीक्षितांनी विचारलं.

"होय, मी ते अजूनही नाकारते!" ठाम स्वरात तारा म्हणाली, "मी सलीकडून पन्नास हजारांचा चेक आयुष्यात घेतलेला नाही, १६ तारखेला तर नाहीच नाही!"

"ठीक आहे, हा अप्रिय विषय आपण इथेच थांबवू. तुम्हाला सली आणि शारंग एकच हे कधी समजलं म्हणालात? ७२ साली, ना?"

"नाही. १६ जुलै ७५ ला."

"केव्हा?"

"पहिल्यांदा मी गरुडाचार्यकडे गेले होते तेव्हा."

"मग एकदा ते समजल्यावर संध्याकाळची ॲपॉईन्टमेन्ट घेण्याचं काय कारण?"

"मला खात्री करून घ्यायची होती."

"काय गरज होती? तुम्हाला सलीला ब्लॅकमेलही करायचं नव्हतं, आणि ती माहिती एक्सपोजही करायची नव्हती. मग मिळालेल्या माहितीवर गप का नाही हो राहिलात!"

"माणसासारखा माणूस असू शकतो? मला खात्री करून घ्यायची होती."

"असं का? मग कितीपर्यंत थांबला होता गरुडाचार्यांच्या घरी?"

"आठ वाजून गेल्यानंतर तिथून निघाले मी."

"आठला सली तिथे आला का?"

"नाही."

"मग तशाच, खात्री करून न घेता निघालात?"

"हो."

"का सली येणार नाही याची खात्री होती म्हणून निघालात?"

"उशीर झाला म्हणून निघाले."

"तारा देवी, तुम्ही संध्याकाळची अपॉइन्टमेन्ट का घेतलीत ते मी सांगतो तुम्हाला! तुमच्या उपस्थितीत तो तुम्हाला तिथे यायला हवा होता. तुम्हाला तिथे पाहून तो गडबडला असता, आणि तुम्हाला त्याला लुटण्याकरता योग्य परिस्थिती निर्माण झाली असती! पण तुमच्या दुर्दैवानं तसं झालं नाही.

"युवर ऑनर, काय झालं ते योग्य वेळ येताच मी कोर्टासमोर सबळ पुराव्यासह भांडेन. तूर्त मी पुन्हा साक्षीदारकडे वळतो."

अमर खरोखरच विचारात पडला होता. बॅ. दीक्षित यावेळी चांगलेच फॉर्ममधे होते. त्यांनी हे चेकचं पिल्लू कुठून काढलं होतं कोणास ठाऊक!

"एक्सक्यूज मी, युवर ऑनर" बॅ. दीक्षितांना इन्टरप्ट करत अमर म्हणाला."एक अत्यंत महत्त्वाचा पुरावा मला कोर्टापुढे सादर करायचा आहे. त्याकरता मला माझे सहकारी मि. गोल्डी यांच्याशी चर्चा करणं भाग आहे. आपण मला केवळ पाच मिनिटं द्यावीत अशी माझी विनंती आहे."

"पुरावा केसच्या दृष्टीनं महत्त्वाचा असेल तर तशी परवानगी देण्यात येईल."

"थँक यू, युवर ऑनर." अमर म्हणाला आणि जणू सेकंदाचा लेट झाला तर जज्ज साहेबांसकट सगळे फासावर जातील, अशा घाईनं कठड्याकडे गेला. त्यानं गोल्डीला खूण करताच गोल्डी माणसं चुकवत पुढे आला.

"जरा बाजूला ये." इकडे-तिकडे पाहून संशयास्पद वातावरण निर्माण करत अमर कुजबुजला.

गोल्डी काय ते समजला.

दीक्षितांना अस्वस्थ करायचं होतं!

दोघंजणं थेट कोर्ट रूमच्या साईड डोअरपर्यंत गेले. आता त्यांचं बोलणं कोणालाच ऐकू येणार नव्हतं. आणि त्यामुळेच जज्जांसकट सगळे त्याच्याकडेच पहात होते.

गोल्डीनं एकदा अस्वलासारखी या टोकापासून त्या टोकापर्यंत मान हलवून दीक्षितांकडे पाहिलं. गपकन् तोंडावर हात ठेवून डोळे वटारले.

अगगगग...काहीतरी गोची!

दीक्षितांनी पटकन् गाऊनमधे हात घातला. कोटाच्या खिशातून एक सॉर्बिट्रेटची गोळी काढून जीभेखाली ठेवली.

हरामखोर साला! प्रत्येक केसमधे चार-पाच वेळा तरी मला गोळ्या खायला लावतो. गेलो तर भूत बनून मानगुटीवर बसेन!

"गोल्डी, बिली सलढाणाबद्दल माहिती गोळा केलीस?"

"हो."

"ती लंच अवरला सांग. पण ताबडतोब बिलीला गाठ. त्याच्याकडून ताराचं केसचं अधिकारपत्र साईन करून घे. प्रतिज्ञापत्र लिहून घे."

"ओ.के."

"काही क्लू लागतोय?"

"मला जी माहिती मिळालीय् ती मी दुपारी तुला सांगतो. काय करायचं ते तू ठरव."

"ओके, जा तू. बरोबर दोन वाजता. 'लॅन्ड स्केप'ला ये."

गोल्डी दोन पावलं पुढे गेला. परत मागे आला. त्यानं एकदा दीक्षितांकडे पाहिलं. वळून घाई-घाईत निघून गेला.

अमर प्रसन्न चेहऱ्यानं हसत पुन्हा आपल्या बेंचपाशी आला.

"थँक यू, युअर ऑनर. माझं काम झालेलं आहे, कोर्टाचं काम सुरू करायला हरकत नाही."

"कॉल युवर नेक्स्ट विटनेस." जज्ज म्हणाले आणि दीक्षित उठून उभे राहिले.

"किसन हिरवे."

साक्षीदाराचं नाव ऐकताच लोकांच्या कपाळावर आठ्या पडल्या. जज्ज केसरांनी नाक आक्रसलं.

काय, जमिनीच्या भांडण-तंट्याचा खटला आहे काय? हा किसन हिरवे कुठून उपटला मधेच?

विटनेस-रूममधून एक तिशीचा मनुष्य बाहेर आला. स्टॅन्डमधे येऊन उभा राहिला.

कडक इस्त्रीचा नेहरू शर्ट, पांढरं शुभ्र धोतर, डोक्यावर काळी टोपी.

त्यानं एक दोनदा शब्दांची उलटापालट करत, अर्थाचे अनर्थ करत, एकदाची शपथ घेतली.

"नाव?"

"आत्ता बोललास तेच. किसनराव धोंडू हिरवे."

"राहाण्याचं ठिकाण?"

"खार ओसाडी."

"ओसाडी?"

"हॉ. दहा वर्षांपूर्वी तो भाग ओसाड होता, म्हणून त्याला ओसाडी म्हणतात."

"व्यवसाय?"

"हातभट्टी."

"वाऽ दीक्षित साहेब!" कोणीतरी वात्रटपणा केला आणि सौम्य हशाचं रुपांतर गडगडाटात झालं.

"सायलेन्स, प्लीज."

"घरगुती व्यवसाय आहे?"

"हा. पण मोसंबीच्या तोंडात..."

"शट-अप. गप बसा. विचारीन तेवढंच सांगा."

त्यानं हिरमुसला होत खाली मान घातली.

"धंदा कुठे करता?"

"खार ओसाडीलाच."

"तुमच्या धंद्याच्या ठिकाणापासून सलढाणा इस्टेट किती अंतरावर आहे?"

"म्हणजे, साहेबाची वाडी?"

"हाँ, घुमटवाली."

"घुमट कुठे आहे साहेब, टॉवर आहे तो!"

दीक्षितांनी कपाळावर हात मारून घेतला. इंग्लिश शब्द वापरला तर समजत नाही. आणि मराठी वापरला तर इंग्लिश शब्द हवा!

"तेच टॉवरवालं."

"आम्ही 'सिंगल' ला जातो तिथे."

"म्हणजे?"

"सिंगल-सिंगल" करंगळी दाखवत किसन म्हणाला आणि दीक्षित वैतागले.

"अरे, तुम्ही 'डबल'ला जात असाल तिथे! विचारलंय् का मी?"

"तुम्हीच तर म्हटलात साहेब, तुझ्या धंद्याच्या ठिकाणापासून साहेबाची वाडी किती दूर आहे ते सांग म्हणून."

"मग हे त्याचं उत्तर आहे? म्हणे आम्ही 'सिंगल' ला जातो!"

"आता...अहो साहेब, इथे तुम्हाला सिंगलला लागली तर तुम्ही बांद्र्याला जाल का? जवळपासच बसणार की!"

"थोडक्यात म्हणजे साहेबाच्या वाडीजवळच तुझं धंद्याचं ठिकाण आहे." हताश होत दीक्षित म्हणाले.

"मगतेच तर सांगतोय्. ही इथे अशी झोपडी आणि तिथे वाडी."

१६ जुलै १९७५ च्या संध्याकाळपर्यंत विशेष काही घडलं?"

"हाँ. मंगूच्या गोमूला जुळं झालं!"

कोर्ट खदखदून हसत होतं. दीक्षितांनी मात्र टकलावरून हात फिरवायला सुरुवात केली होती.

"तुझ्या मंगूची गोमू मरू देत, मी वाडीबद्दल विचारतोय." वैतागून दीक्षित ओरडले.

"असं होय? असं विचारा ना, की त्या दिवशी रात्री तू तुझ्या डोळ्यांनी काय पाहिलंस?"

"काय पाहिलंस?"

"तर काही नाही!"

"म्हणजे?"दीक्षितांनी घशाच्या शिरा ताणून ओरडत विचारलं.

"तुम्हाला किसन न्हावी हवा आहे. तो काहीतरी सांगत होता मला."

"मग तू कशाला आलास?"

"साहेब, पोलिसांना मी सांगत होतो माझं नाव किसन हिरवे आहे, पण तुम्हाला हवा असलेला किसन हिरवे मी नाही. तर पोलिसांनी जीपमधे कोंबलंपण मला! तुम्हाला तो किसन हवाय का?"

काही न बोलता दीक्षित खांदे पाडून त्याच्याकडे पाहत होते.

"तोऽ तिथे बसलाय् बघा गंमत बघत."

गपकन् त्यानं हात दाखवलेल्या दिशेनं लोकांनी पाहिलं. तसा तो उठला. मिस्कीलपणे हसत साक्षीदाराच्या पिंजऱ्याजवळ आला.

"तू किसन हिरवे का रे?"दीक्षितांनी विचारलं. अजूनही त्यांचा राग कमी झालेला नसावा.

"होय साहेब."

"मग इतका वेळ कळत नव्हतं का तुला?"

"आता-! साहेब, पोलिसांनी त्याला पकडून नेलं. मला वाटलं त्याच्या धंद्यावर धाड घातली पोलिसांनी. त्याचं काय होतं ते पाह्यला आलो होतो मी."

"नशीब! राहा पिंजऱ्यात उभा."

एक किसन हिरवे बाहेर पडला. दुसरा आत शिरला.

"युवर ऑनर, कोर्टानं आधीच्या किसन हिरवेची साक्ष रद्द करावी."

"कौन्सिल, यापुढे तरी स्टॅन्ड घेणारा साक्षीदार आपल्याला हवा तोच आहे याची खात्री करून घेत जा. आज तुमच्या निष्काळजीपणामुळे कोर्टाच्या कामकाजाची पंधरा मिनिटं वाया गेली आहेत. नाऊ, गो ऑन क्वेश्चनिंग," वैतागलेल्या स्वरात जज्ज म्हणाले अन् चेहरा पाडत दीक्षित साक्षीदारांकडे वळले.

पुन्हा पहिले पाढे पंचावन्न, नाव, धंदा...

"१६ जुलै १९७५ च्या संध्याकाळी सात वाजता तू कुठे होतास?"

"माझ्या झोपडीत साहेब."

"तुझी झोपडी साहेबाच्या वाडीपासून हाकेच्या अंतरावर आहे ना?"

"हो."

"सात ते आठच्या दरम्यान काही विशेष घडल्याचं तुला आठवतं का?"

"आठवतं साहेब. त्या वाडीत दिवा लागला की आम्हाला गंमत वाटते. कारण आठवड्यातून दोनदाच एक साहेब तिथे येतो. साधारण अर्धा तास पर्यंत असतो. नंतर तिकडे कुत्रं सुद्धा फिरकत नाही."

"तो साहेब लक्षात राहाण्याचं मुख्य कारण म्हणजे, तो आत शिरताना त्याच्या अंगावर जे कपडे असतात, ते बाहेर पडताना नसतात!"

"सोमवार दि. १६ जुलै १९७५च्या संध्याकाळी सातच्या थोडसं आधीच...म्हणजे एक पाच मिनिटं आधी-एक बाई मोटारीतून वाडीच्या दिशेनं येताना मी पाहिली. आणि मला जरा नवल वाटलं. साहेब तीन वर्षं जात येत होता. पण तीन वर्षात कधी बाई पाहिली नव्हती वाडीत मी."

"बाईनं वाडीच्या मागच्या बाजूला मोटार नेऊन लावली. ती पुन्हा वळसा घालून पुढे आली. तिनं हातातल्या किल्लीनं वाड्याचा दरवाजा उघडला. ती आत गेली."

"आधी मला वाटलं साहेबाची बायको, किंवा अंगवस्त्र असावी ती."

"काय-काय असावी?"

"अंगवस्त्र! ठेवलेल्या, भानगडीच्या बाईला अंगवस्त्र म्हणतात. लक्षात ठेवा तर...साहेब, लोक का हसले? तुमचं अंग..."

"गप रे! जास्त फाजिलपणा करू नकोस. सांग पुढे."

"चुकलो साहेब, तर आधी मला तसं वाटलं पण बाई आत गेली अन् अंधारातच राहिली! दिवा लावला नाही साहेब तिनं!

"मग बाकी मस्त डाऊट आला की काहीतरी गेम आहे. मी लक्ष देऊन पाहायला लागलो.

"ती आत शिरून साधारण दहा मिनिटं झाली आणि एक दुसराच साहेब आला! मी म्हटलं..."

"तू काय म्हटलं ते नकोय् कोर्टाला. फक्त काय घडलं ते सांग."

"बरं. तो साहेब ढांगा टाकत आला. दरवाजातून आत शिरला, तरी आत अंधारच!

"आणि त्यानंतर नेहमीचा साहेब आला. मी अगदी लक्ष देऊन पाहत होतो. तो दरवाजापाशी आला. त्यानं कुलुप उघडं पाहिलं आणि तो तिथेच थबकला. तिथेच मागे-पुढे झाला. आणि शेवटी दरवाजा उघडून आत शिरला."

"तो आत शिरल्यानंतर एका खोलीतला दिवा लागला. आणि साहेबाचा आणि त्या बाईचा भांडण्याचा आवाज माझ्या कानी पडला. नीटसं ऐकू येत नव्हतं. पण तावातावानं काहीतरी बोलत होते ते."

"आवाज दोघांचा होता का तिघांचा?"

"दोघांचा. नंतर अचानक सगळं शांत झालं. ती बाई पळत पळत बाहेर आली. मागे ठेवलेल्या मोटारीकडे धावली. तिच्या मागोमाग तो पहिला साहेब होता. दोघं मोटारीत बसले आणि निघून गेले."

"त्या बाईला पुन्हा पाहिलं तर ओळखशील?"

"होऽ बाईवरची आपली नजर पक्की असते."

"आणि मोटारीचा फोटो दाखवला तर...?"

"तीही ओळखेन."

"कोर्टात ती बाई आहे?"

"साहेब, थट्टा करता गरिबाची?"

"का रे?"

"अहो, तिला धरून पिंजऱ्यात उभी केली अन् ती आहे का म्हणून विचारता होय!"

"कोणती?"

"ही. समोरची!" ताराकडे लांबलचक हात करत तो म्हणाला.

"किसनराव..."

"हँ हँ हँ हँ!"

"हा फोटो बघ. यात निरनिराळ्या चार कार्स आहेत."

"मग यात ती नसणार!"

“का?”

“ती मोटार होती साहेब!”

दीक्षितांनी चट्दिशी कपाळावर हात मारून घेतला.

“नीट बघ.”

“आहे साहेब! या कार्स मधे ती मोटार आहे.”

“कोणती?”

“ही!”

“डावीकडून कितवी?”

“कोणाच्या डावीकडून साहेब? तुमच्या का माझ्या?”

“तुमच्या.”

“दुसरी.”

“थँक यू. क्रॉस.”

अमर किसन हिरवेकडे पाहून हसला.

“हॅ हॅ हॅ...नमस्कार.” त्याला हसताना पाहून किसन हात जोडून म्हणाला.

“नमस्कार!”अमर हसू दाबत म्हणाला,“किसनराव, साहेबाची वाडी आणि तुमच्या घरात किती अंतर आहे म्हणालात?”

“हेऽ...एका हाकेचं.”

“एका हाकेचं म्हणजे, वाडीजवळून तुम्हाला हाक मारली तर ऐकू येईल इतकं?”

“हॉं.”

“आणि मी जोरात हाक मारली तर?”

“तर जोरात ऐकू येईल.”

“असं ना?” त्याच्याकडे एकटक पहात अमरनं विचारलं,“मग साहेब आणि बाईतलं भांडण तुम्ही चवीनं ऐकलं असणार किसनराव?”

“अॅ?...नाही-नाही. हळू हळू भांडत होते ते. काही नीट ऐकू नाही आलं.”

“ऐकू नाही आलं? मग ते भांडत होते आणि तावातावानं भांडत

होते, हे कसं कळलं तुम्हाला?''

"आता...आहे का? शहाण्या माणसानं कोर्टाची पायरी चढू नये हेच खरं!''

"माझ्या प्रश्नाचं हे उत्तर नाही किसनराव.''

"अहो, मी अंदाजे सांगितलं!''

"कशावरून अंदाज बांधलात तुम्ही?''

"मधेच नेहमीचा साहेब खिडकीतून डोकावत होता, हातवारे करत होता, त्यावरुन अंदाज बांधला मी. एक मांजरी आणि दोन बोके एकत्र आले की भांडणारच की हो!''

"म्हणजे त्यांचं भांडण तुम्ही ऐकलं नव्हतं?''

"खरं सांगू साहेब?''

"खरंच सांग. गीतेची शपथ घेतलीयस ना?''

"वाडीपासून माझं घर थोऽडं दूर आहे.''

"म्हणजे आवाज ऐकू न येण्याइतकं?''

"होय साहेब.''

"मग मगाशी...''

"रंगवून सांगण्याच्या नादात...हॅं हॅं हॅं!''

"याचा अर्थ किसन महाराज, तुमचं घर आणि वाडी यात बरंच अंतर आहे. मधे काही घरं-बिरं असतील तर सांगून टाक.''

"नाही-नाही. इतकं खोटं नाही बोलणार. गीतेची शपथ घेतलीय मी!''

"ठीक आहे. तुझ्या घरातून वाडी दिसते म्हणतोस?''

"आख्खी!''

"किती वस्ती आहे रे ओसाडीची?''

"वस्ती?...वस्ती कसली साहेब? कॉर्पोरेशनचा दट्ट्या आला की झोपड्या हालवतो आम्ही.''

"म्हणजे लाईट नसणार?''

"घ्या! अहो, साधे संडास नाहीत तर...''

“किती वाजताची घटना ही?”

“ते साहेबा मागे साहेब येण्याची?”

“हं.”

“सातच्या आसपासची.”

“अंधारा असणार.”

“त्याला काय इलाज?”

“मग इतक्या अंतरावरचा मनुष्य ओळखणं कसं शक्य आहे रे?”

“अं?...झालं! पुन्हा आम्हीच ओझ्याचं गाढव! अहो साधारण...”

“किसनराव, साधारण वगैरे नको! त्या रात्री एक स्त्री आणि दोन माणसं वाडीत शिरलेली तू तुझ्या डोळ्यांनी पाहिलीस!”

“होय.”

“त्यांच्यात भांडणं झालेली तू ऐकलीस?”

“नाही.”

“त्यांच्यातले फक्त दोघंच बाहेर पळताना तू पाहिलेस?”

“हो.”

“कोणत्या बाजूनं वळसा घातला त्यांनी?”

“उजव्या बाजूनं.”

“तुझं घर कोणत्या बाजूला आहे?”

“डाव्या.”

“म्हणजे पळताना त्यांची तुझ्याकडे पाठ येणार?”

“हो.”

“आणि ते कारमधे बसल्यावर तुला दिसायचा प्रश्नच येत नाही.”

“बरोबर.”

“आता सांग किसनराव, समोर आरोपीच्या पिंजऱ्यात उभी असलेली तरुणी हीच त्या रात्री वाडीतून पळालेली तरुणी आहे?”

“आता नक्की नाही सांगता येत!”

“दॅट’स् ऑल अॅन्ड थँक यू, युवर ऑनर.”

अमर किसनकडे पाहून हसला. किसन तोंडाचा आ वासून अमरकडे

पहात होता. निळ्या डोळ्याच्या या तरुणानं बघता-बघता त्याला साफ आडवा करून टाकला होता!

"च्यामारी! हे वकील लय् बेणं आहे!" साक्षीदाराच्या पिंजऱ्यातून रिटायर्ड होताना किसन हिरवे पुटपुटला, आणि जज्ज केसरदेखील हसायला लागले. कधी नव्हे ते दीक्षितही अगदी मनापासून हसत होते.

त्यांच्या मनातला शब्द वापरला होता हिरवेनं!

जज्ज साहेबांचं घड्याळाकडे पाहणं, त्यांची चुळबूळ, यावरूनच ते लंच अवर डिक्लेअर करणार हे सर्वांच्या लक्षात आलं होतं.

त्यांनी तसं सांगण्यापूर्वीच मागचे लोक पसारही झाले होते.

पाच

आता खऱ्या महत्त्वाच्या साक्षींना सुरुवात होणार होती. सेश्शन सुरू होण्यापूर्वीच लोकांनी आपापल्या जागा सिक्युअरड् करून टाकल्या होत्या. उशिरा आलेली माणसं हळ-हळ व्यक्त करत मागच्या रो मधे किंवा मिळेल त्या जागी बसली होती. बसायला जागा नसेल तर उभी होती.

इव्हन, पोर्च आणि पोर्चच्या भोवतालची लॉनदेखील पॅक्ड होती! लोकांच्या दृष्टीनं फार इन्टरेस्टिंग केस होती ही.

अजून सेश्शन सुरू व्हायचं होतं. केसबाबतचे निर्णय मांडले जात होते. आपापल्या कुवतीप्रमाणे लोक मतं मांडत होते. अमर विश्वास ही केस जिंकणार का हारणार यावर, एका चहापासून ते शंभरांच्या नोटांपर्यंत पैजा लागल्या होत्या.

आणि अमर आला.

लांबच थबकला तो. आत जायला जागाच नव्हती. लोकांमधून जाणं काही खरं नव्हतं. हॉल ऑफ जस्टीसला पोचेपर्यंत तो दहा मैल चालल्या सारखा दमला असता. तिथपर्यंत पंधरा मिनिटं तरी सहज लागली असती.

शेवटी बॅक एन्ट्रन्सनं तो जज्ज साहेबांच्या चेंबरमधून हॉलमधे आला आणि लोक सावरून बसले.

जज्ज केसरांनी आसनावर बसून दुपारचं सेश्शन सुरू झाल्याच जाहीर केलं आणि फ्रेश चेहऱ्यानं बॅ. दीक्षित उठले.

“सरकारी वकिलांनी पीपल व्हर्सेस तारा मनोहरच्या केसचे साक्षीदार

आणावयास हरकत नाही.''

''थँक यू, युवर ऑनर.'' बॅ. दीक्षित गंभीरपणे म्हणाले. ते आता विटनेस म्हणून कोणाला कॉल देणार, ते नेहमी कोर्टाच्या हिअरिंग्जना हजर राहाणाऱ्या शेंबड्या पोरानं देखील सांगितलं असतं.

इ. ब्रिजेश लालही विटनेस-रूममधे नाटकातल्या पात्रासारख्या तयारीत होता.

वाक्य पडलं की एन्ट्री घ्यायची!

''इन्स्पेक्टर ब्रिजेश लाल.'' बॅ. दीक्षित म्हणाले आणि रुबाबदार पावलं टाकत, अत्यंत आत्मविश्वासानं ब्रिजनं स्टॅन्ड घेतला. स्टॅन्ड घेताच शपथविधी पार पडला. नाव, वय, हुद्दा इ. सटर-फटर मुद्दे निकालात निघाले.

''इ. ब्रिज, खारला सी. सी. पार्कच्या एका जुनाट हवेली वजा बंगल्यात खून झाला आहे हे तुम्हाला कसं कळलं?''

''एका अज्ञात तरुणानं फोनवरून माहिती दिली मला ही.''

''फोन ट्रेस केला?''

''केला. लिंक रोडवरच्या एका पब्लिक-बूथमधून फोन करण्यात आला होता.''

''तुमच्या त्या अज्ञात इन्फर्मेशन-ब्यूरोनं तुम्हाला आणखी काही माहिती सांगितली?''

''येस, सर. त्यानं मला 'सी-ग्लान्स'चा पत्ता दिला. तो म्हणाला ही इमारत 'ऑल अॅट ग्लान्स'चे मालकीची आहे. त्या बिल्डिंगच्या फिफ्थ फ्लोअरला सलढाणा राहातात. त्यांच्या घरात तुम्हाला खुनी आणि खुनी हत्यार मिळेल!''

''खून कोणाचा झाला ते सांगितलं नाही त्यानं तुम्हाला?''

''नो, सर,''

''पुढे काय झालं?''

''मी माझा ग्रुप घेऊन आधी मर्डर-हाऊसला गेलो. त्यावेळी रात्रीचे ११ वाजले होते.''

"फोन किती वाजता आला होता तुम्हाला?"

"दहा वाजता."

"ओ.के.तिथे गेल्यावर काय पाहिलं आठवतं तुम्हाला?"

"हवेलीचं दार नुसतं लोटलेलं होतं. आम्ही दार उघडून आत शिरलो. टॉर्चच्या सहाय्यानं दिव्यांची बटणं शोधून काढली. दिव्याच्या प्रकाशात मला एका खोलीत एक मनुष्य मरून पडलेला आढळला."

"पोझिशन?"

"उताणा पडला होता. त्याच्या दोन भुवयांच्या मधोमध गोळी मारण्यात आली होती."

"हवेलीची तुम्ही संपूर्ण पाहणी केली?"

"येस, सर. इंच न् इंच."

"काही आढळलं?"

"सर, एका माणसाच्या बुटांचे ठसे घरभर मिळाले. दुसरे ठसेही अस्तित्वात होते. पण एकतर त्या ठशांच्या मालकानं ठसे मिळू नयेत म्हणून पाय फरपटले होते. त्यामुळे ठसे मिळून शकले नाहीत. अर्थात त्याबद्दलचा रिपोर्ट फिंगर प्रिन्ट-एक्सपर्ट मि. वाल्मिकी देतील. मला आत संशयास्पद असं काहीच आढळलं नाही."

"तुम्ही रूमचं स्वरूप सांगू शकता?"

"येस, सर. कोणीतरी राहात असावं तिथे. आतमधे गॅस होता, काही भांडी होती, थोडेफार कपडे देखील होते."

"ते कोणाचे आहेत त्याचा तुम्ही ट्रेस घेतला असेलच?"

"होय. लॉन्ड्रीच्या मार्किंगवरून मालकांची नावं शोधून काढली आम्ही."

"नावं मिळालं?"

"होय. शारंग गरुडाचार्य आणि सली सलढाणा अशी नावं मिळाली."

"प्रेताच्या कपड्यात, किंवा हवेलीत इतर काही महत्त्वाचा पुरावा?"

"काही नाही, सर, दोन तास शोधत होतो मी."

"ओ.के.पुढे तुम्ही काय केलंत?"

"मी, मि. वाल्मिकी आणि मि. डेव्हिड रे ना त्यांचं काम करायला सांगितलं आणि दोन पोलीस घेऊन 'सी ग्लान्स'ला रवाना झालो.''

"गुड मूव्ह. 'सी ग्लान्स'ला काय घडलं ते तुम्ही डिटेलमधे सांगू शकाल काय?''

"शुअर, सर.'' ब्रिज एकेक मुद्दा डोक्यात उजळत म्हणाला,''मी मर्डर-हाऊसमधून निघाल्यावर थेट एच.ओ ला गेलो. तिथे जाऊन एक झडतीचं आणि एक अटकेचं वॉरन्ट साइन्ड करून घेतलं. सी-ग्लान्सला गेल्यानंतर आम्हाला झडती घेऊ देण्यास विमीनं विरोध दर्शवला होता. मला सस्पेन्ड करायला लावण्याची धमकी दिली होती. मी तिला सर्च-वॉरन्ट दाखवून फ्लॅटची झडती घेतली आणि झडतीमधे मला एक रिव्हॉल्व्हर मिळालं.''

"कुठे होतं?''

"संडासच्या वरच्या छोट्या माळ्यावर.''

"नाईस. तिथे तुम्ही कोणाला अटक केलीत?''

"येस,सर.''

"कोणाला?''

"मिस् तारा मनोहरला.''

"का? सी ग्लान्सला राहात होती म्हणून!''

"नो, सर,दॅट'स् नॉट द केस. झडतीमधे आम्हाला आरोपीच्या ब्रीफ-केस मधे एक चिठ्ठी मिळाली.''

अमरनं चमकून ताराकडें पाहिलं. ताराही भांबाहून ब्रिजकडे पाहत होती.

"ती चिठ्ठी, ते रिव्हॉल्व्हर आता तुमच्याजवळ आहे?''

"रिव्हॉल्व्हर मी बॅलिस्टिक रिपोर्ट करता मि. डेव्हिड रेच्या स्वाधीन केलं होतं. ही हॅज इन्ट्रोड्यूस्ड इट ॲज एक्झिबिट नं. ५.''

"आणि चिठ्ठी?''

"ती माझ्याजवळ आहे.''

"द्या. आपण ती चिठ्ठी रीडरकडे वाचण्याकरता देऊ.'' अमरकडे

तिरप्या नजरेनं पाहत दीक्षित म्हणाले.

ब्रिजनं हॅन्ड बॅगचं सेल्फ लॉक उघडलं. आतून एक चिठ्ठी काढून दीक्षितांच्या हातात दिली. दीक्षितांनी ती रीडरकडे दिली.

"मोठ्यांदा वाचा. शेवटपर्यंत ऐकू गेली पाहिजे."

"नो ऑब्जेक्शन,इफ इन्ट्रोड्यूसड् फॉर एक्झिबिशन."

"येस,सर."

रीडरनं उभं राहून चिठ्ठी वाचायला सुरुवात केली.

"डिअर मिस तारा,

अॅज यू हॅव बीन अॅक्वेन्टेड वुइथ माय डबल लाईफ, आय वुड लाइक टु कॉम्प्रोमाइज अॅट द फिक्सड्, अॅन्ड द ओनली इन्स्टॉलमेन्ट ऑफ रुपीज फिफ्टी थाऊजन्डस् इन फुल सेटलमेन्ट. डु कम अॅट सलढाणा इस्टेट. सी. सी. पार्क. खार अॅट ७ टु ८ पी. एम्. टु नाइट.

अवेटिंग,

युवर्स,

सली (अलाइस शारंग)"

रीडरनं चिठ्ठी वाचून संपवली आणि कोर्टात एकच खळबळ माजली. लोकांच्या उलट-सुलट प्रतिक्रिया व्यक्त व्हायला लागल्या. क्षणभर जज्ज केसरही विचारात पडले. अमरला तर हा टेरिफिक धक्का होता. काय करावं तेच त्याला समजेना.

असं कसं झालं? यावेळी आपण खुनी तरुणीला तर...

इम्पॉसिबल! गोल्डीची माहिती हातात यायचीय् पूर्णपणे, ती आल्याशिवाय निर्णय घेणं योग्य नाही.

तब्बल पाच मिनिटांनंतर कोर्टात पुन्हा शांतता प्रस्थापित झाली. बॅ. दीक्षित गर्वानं सर्वांकडे पाहत होते आणि यावेळी अमरनंही त्यांची मूव्ह मानली होती. त्यांनी हा बॉम्ब शेल इतक्या इलेव्हनथ् अवरला टाकला होता की त्याला देखील त्याच्यातून सावरता आलं नव्हतं!

"युवर ऑनर," मनातली खळबळ लपवत अमर म्हणाला, "एक्झीबिशनमधे ठेवण्यापूर्वी ती चिठ्ठी मला पाह्यची परवानगी देण्यात

यावी.''

''सो ग्रॅन्टेड. तुम्ही ती चिठ्ठी वाचू शकता.''

अमरनं रीडरच्या हातातून ती चिठ्ठी घेतली. काळजीपूर्वक वाचली. या चिठ्ठीतलं आणि चेकवरचं अक्षर, सही अगदी तंतोतंत, जुळत होती...

''विश्वास...शुक शुक! अहो,'' तारानं अमरला घाई-घाईत हाक मारली आणि अमरनं झटकन् वळून तिच्याकडे पाहिलं. ती त्याला बोलावत होती.

जस्ट वन चान्स!

अमर अगदी सहजपणे जातोयसं दाखवत आरोपीच्या पिंजऱ्याजवळ गेला. क्षणात त्याला हवं ते घडलं.

सेकंदात तारानं अक्षर पाहून घेतलं होतं!

नंतर ती अगदी लो-टोनमधे त्याच्या कानात पुटपुटली. तिचं संपताच अमरनं चमकून तिच्याकडे पाहिलं. तिला काहीतरी विचारलं. तिच्या चेहऱ्यावर उमटलेले आश्चर्याचे भाव आंधळ्या माणसानं देखील टिपले असते.

तिनं पुन्हा त्याला काहीतरी सांगितलं. अमरचे निळे डोळे आनंदानं लकाकले.

त्यानं झटकन् खिशात हात घालून डायरी काढली. पेन काढलं. तिच्या हातात दिलं.

तिनं डायरीत काहीतरी झरझर लिहिलं. फटकन् डायरी मिटून अमरच्या हातात दिली,

''थँक यू, व्हेरी मच, माय लिटल फ्रेन्ड!'' अमर पुटपुटला आणि तिच्यापासून बाजूला झाला.

या सिक्वेन्समुळे सर्व कोर्टाचं लक्ष वेधलं होतं. जज्जही कोर्टाचं कामकाज थांबवून त्यांच्याकडे पाहत होते.

''युवर ऑनर,'' नाकात शिंक अडकल्याप्रमाणे चेहऱ्यावर एक्सप्रेशन्स आणत दीक्षित म्हणाले,''धिस फॉर्म ऑफ हिअरिंग इज टोटली इम्प्रॉपर. आरोपी आपल्या वकिलांना बोलावते काय, ते जातात काय, काहीतरी कुजबुजतात काय, आणि ती त्यांना काहीतरी लिहून देते काय?... काय

चाललंय हे?''

''आय विल से कौन्सिल अॅन्ड डिफेन्डन्ट आर विदिन देअर राइटस. केस चालू असताना आरोपीला आपल्या वकिलांना इन्फर्मेशन देण्याची परवानगी असते आणि वकिलांना ती स्वीकारता येते.''जज्ज म्हणाले आणि दीक्षित आणखीनच अस्वस्थ झाले.

''ओह, युवर ऑनर,मला आरोपीनं काय लिहून दिलं ते पाहण्याचा अधिकार आहे.''

''शुअर, इफ आय इन्ट्रोड्यूस इट अॅज अ प्रुफ!'' खवचटपणे अमर म्हणाला आणि दीक्षित खांदे पाडत गप्प बसले.

अमरनं पुढच्याच रोमधे बसलेल्या गोल्डीला खूण केली. आणि सरळ डायरी त्याच्या दिशेनं भिरकावली. क्षणात डायरी गोल्डीच्या खिशात गेली. गोल्डी उठून बाहेर निघून गेला.

''सरकारी वकिलांनी इ. ब्रिजच्या तपासणीला पुढे सुरुवात करावी.''

''येस, सर'' भानावर येत दीक्षित म्हणाले. त्यांचा मगाचचा उत्साह कुठल्या कुठे पळाला होता.

''इ. ब्रिज, जे रिव्हॉल्व्हर तुम्हाला सी-ग्लान्सच्या सलढाणा फ्लॅटमधे मिळालं, ते हेच का?''

ब्रिजनं खूण करताच ऑर्डर्लीनं एक्झिबिशनमधलं रिव्हॉल्व्हर त्याच्या ताब्यात दिलं. ब्रिजनं त्याचं निरीक्षण केलं. रिव्हॉल्व्हरचा मेक, नंबर, कॅलिबर स्वत:च्या डायरीतल्या इन्फर्मेशनशी टॅली केलं.

''टु द बेस्ट ऑफ माय जजमेन्ट हे तेच रिव्हॉल्व्हर आहे.''

''नाइस. रिव्हॉल्व्हर मिळालं तेव्हा ते कोणत्या परिस्थितीत होतं? रिगार्डिंग टु द चेम्बर.''

''एक बुलेट डिसचार्ज झाली होती.''

''रिव्हॉल्व्हर तिथे कसं आलं याबद्दल चौकशी केलीत तुम्ही?''

''ऑन द स्पॉट.''

''काय माहिती समजली?''

''अॅट द व्हेरी बिगिनिंग, विमीदेवींनी माझ्यावर इव्हिडन्स प्लॉन्ट

केल्याचा आरोप केला. सलीजवळ रिव्हॉल्व्हर कधीच नव्हतं. आणि विमी देवीनं पूर्वी रिव्हॉल्व्हर कसं असतं तेही पाहिलं नव्हतं.''

''आणि...आरोपीबद्दल काय?''

''सर, तारा मनोहर कॉलेजात असताना शार्प शूटर म्हणून प्रसिद्ध होती. नेमबाजीच्या अनेक स्पर्धांमधे तिनं चॅम्पियनशिप पटकावली होती!''

''दॅटस्' ऑल, ॲन्ड थँक यू, युवर ऑनर'' बॅ. दीक्षित आनंदानं म्हणाले. यावेळी विजयाचे पारडे सतत त्यांच्या दिशेनं झुकत होते.

अमर खाडकन् उभा राहिला आणि बुटांचा आवाज जमिनीवर नाही, आपल्या पार्श्वभागावर आला. अशा थाटात दीक्षित खाली बसले.

''इ. ब्रिज, तुम्हाला सलीनं ताराला लिहिलेली चिठ्ठी कुठे मिळाली?''

''ताराच्या सॅम्पल्स्' ब्रीफ-केसमधे.''

''ती मिळविण्याकरता तुम्हाला ब्रीफ-केसचा चोरकप्पा शोधावा लागला असेल?''

''नाही. टॉपलाच होती ती.''

''आय वन्डर! खून केल्यानंतर तारानं इतकी महत्त्वाची चिठ्ठी उघड-उघड, ब्रीफ केसच्या टॉपला ठेवावी!...पुअर पुअर लॅम्ब! तिला ती कितीतरी सेफ जागी लपवता आली असती, डिस्ट्रॉय करता आली असती. नेव्हर. माइन्ड्, तिनं तसं केलं नाही. ब्रिज, एक मिनीट, मी सरकारी वकिलांना हे प्रश्न विचारतो हं.''

''शुअर.''

दीक्षित अस्वस्थ.

खवीस माझ्या का मागे लागलाय्?

''बॅ. दीक्षित, समजा तुम्ही आणि मी एकाच कारमधून पाच सहा मैलांचा प्रवास करतो आहोत. तुम्हाला मला काही निरोप सांगायचाय्. काय कराल तुम्ही?''

''काय करीन?...काय करीन? निरोप सांगेन.''

''का चिठ्ठी लिहून माझ्या हातात द्याल?''

''अं... ?''

दीक्षित खाडकन् मुस्कटात मारल्यासारखे गप. त्यांचा सर्वोत्कृष्ट पुरावाच तकलादू ठरत होता.

अमरच्या प्रश्नाचा रोख लक्षात येताच जज्ज देखील कौतुकानं हसले.

"ऑल राईट. माझ्या प्रश्नाचं उत्तर मिळालं मला." हसत अमर म्हणाला आणि पुन्हा ब्रिजकडे वळला.

"नाइस स्टेप!" तेवढ्यातल्या तेवढ्यात ब्रिज पुटपुटला,

"इ. ब्रिज, तारा आणि सली, दादर ते खारपर्यंत एकत्र होते. त्यावेळी त्याला ताराशी बोलता आलं असतं. चिठ्ठी लिहिण्याचं कारण नव्हतं, पण...लीव्ह इट. चिठ्ठीतील अक्षर आणि सलीचं हस्ताक्षर टॅली करून पाहिलं असेलच ना तुम्ही?"

"होय."

"काय रिपोर्ट?"

"हॅन्ड रायटिंग एक्सपर्टच्या मते ते अक्षर सलीचंच आहे. परंतु चिठ्ठी लिहिताना बिघडलेल्या मन:स्थितीमुळे त्याच्या अक्षरात आणि चिठ्ठीच्या अक्षरात किंचित फरक आहे."

"पण ते सेन्ट-परसेन्ट सलीचंच आहे?"

"येस सर."

"ऑल राईट, या केसच्या दुसऱ्या फेसचा विचार करू आपण. मर्डर हाऊसमधे तुम्हाला काही फूट प्रिन्टस मिळाल्या, बरोबर?"

"येस, सर,"

"जेन्टस् किती?...लेडीज किती?"

"दोन जेन्टस्...एक लेडीज."

"पैकी एक सलीच्या असणार?"

"येस सर."

"आणि बाकीच्या?"

"आय ॲम् व्हेरी सॉरी, सर. एक जेन्टस फूट प्रिंटस क्लीअर आहेत. पण त्याच्या मालकापर्यंत आम्ही पोचलो नाही. आणि लेडीज फूट प्रिंटस् कोणीतरी मुद्दाम फिसकटल्या आहेत!"

"दॅट'स् ऑल राइट, ॲन्ड थँक यू. मे यू रिटायर."

ब्रिज साक्षीदाराच्या पिंजऱ्यातून बाहेर पडला आणि गॅस कमी झालेला गॅसचा फुगा जसा मलूलपणे वर जावा तसे दीक्षित उठून उभे राहिले.

"डॉ. जाल."

पात्रं ठरलीच होती जणू. ब्रिज जात असतानाच डॉ. जाल विटनेसरूमच्या दरवाजापाशी येऊन उभा होता.

डॉ.जालनं स्टॅन्ड घेतला. शपथ घेऊन आपण सरकारी डॉक्टर म्हणून इ. बिजच्या विंगला काम करत असल्याचं सांगितलं.

"डॉ. जाल, इ. ब्रिजबरोबर मर्डर-हाऊसला तुम्ही गेला होतात?"

"येस, सर."

"मयत सली सलढाणा उर्फ शारंग गरूडाचार्यची प्राथमिक तपासणी तुम्ही केलीत?"

"येस, सर. ऑफ कोर्स."

"प्राथमिक तपासणीत काय आढळलं?"

"सली सलढाणा कोणाशीतरी संतापून बोलत असावा, किंवा तो घाबरला तरी असावा. तशी एक्सप्रेशन्स त्याच्या चेहऱ्यावर होती. थोडक्यात म्हणजे, त्याचा डिफेन्सिव्ह पवित्रा असावा, त्याची अपेक्षा नसताना त्याच्या वर गोळी झाडण्यात आली असावी. त्याला इव्हन आश्चर्य करायलाही वेळ मिळाला नसावा."

"कशानं मृत्यू आला त्याला?"

डॉ. जाल क्षणभर शांत. जणू उत्तराला तो शब्द शोधत होता. त्याला तसा शांत उभा पाहून लोक श्वास रोखून ऐकायला तयार झाले. जज्ज केसर टेबलावर झुकले. अमर आणि दीक्षितही डोळ्यात प्राण आणून डॉ.जालकडे पहात होते.

"परहॅप्स...हार्टफेल!!"

उत्तर इतकं अनपेक्षित आणि विचित्र होतं की नसल्याजागी लोक स्पेलबाऊन्ड झाल्यासारखे जालच्या तोंडाकडे पहात राहिले.

एक कोर्ट रूम...शेकडो निर्जीव माणसं!

"पार्डन, डॉक्," शेवटी भानावर येत जज्ज म्हणाले आणि लोक भानावर आले.

"परहॅप्स, हार्टफेल,आय सेड."

कोर्टात एकच गोंधळ उडाला. हातोडा आपटून-आपटून जज्जांचे तळहातही लालसर झाले. पण हॉलमधे शांतता प्रस्थापित व्हायला तयार नव्हती.

अचानक अमर उठला. गर्रकन् ऑडियन्सच्या दिशेनं वळला. त्याचे दोन्ही हात वर झाले.

कानात गोष्ट सांगितल्यासारखे आवाज शांत झाले.

द ग्रेटेस्ट हिप्नॉटिस्ट वुइथ हिज ब्ल्यू आईज!

बेणं...बेणं...प्रत्येक ठिकाणी भाव खाऊन जातंय्.

टक्...खट्!

टक्...खट्!

नको. डोकं दुखायला लागेल आता!

दीक्षितांच्या हाताचा एक मलूल प्रवास. टकलापासून मांडीकडे.

"डॉ. जाल,"स्वत:ला सावरत दीक्षितांनी विचारलं,"तुम्ही तुमचं म्हणणं जरा स्पष्ट कराल का?"

"शुअर. डेड बॉडीची प्राथमिक तपासणीही मीच केलीय् आणि पी.एम.देखील मीच केलंय. आय कॅन सम-अप्.

"सली सलढाणाचा मृत्यू आला तो हार्ट-फेलनं, का गोळी लागून, ते मॅथेमॅटिकल ॲक्युरसीनं सांगता येणार नाही. कारण त्याची हृदय-क्रिया बंद पडणं, आणि त्याच्या कपाळात, दोन भुवयांच्यामधे गोळी शिरणं—या दोन्ही क्रिया एकाच वेळी घडलेल्या आहेत. त्यामुळे हार्ट-फेल झाल्यानंतर त्याच्या कपाळात गोळी शिरली, का कपाळात गोळी शिरल्यामुळे तो मेला, हे सांगणं फार कठीण आहे. ज्यावेळी माणसाला अनपेक्षित धक्का बसतो. अशावेळी त्याच्या हार्टवर प्रेशर येऊन हार्ट-फेल होण्याचा संभव जास्त असतो."

"पण...तो रिव्हॉल्व्हरची गोळी लागून मेला नाही, असंही तुम्ही

ठामपणे सांगू शकत नाही?''

''नाही. ते मी पहिल्यांदाच म्हटलं होतं. तरीही या केसमधे, सलीच्या तब्येतीचा विचार केला तर मी अशा निकषापर्यंत येऊ शकतो, की नाइन्टीनाईन परसेन्ट त्याचा मृत्यू रिव्हॉल्व्हरची गोळी लागून झाला असावा.''

''एनी रीझन फॉर द कॉमेन्ट?'' ताडकन् उठत अमरनं विचारलं. डॉ. जालनं त्याला एक इतका सुंदर पॉइन्ट दिला होता की, मनात आणलं असतं तर अमरनं आरोपीला संशयाचा फायदा देऊन सोडवलं असतं.

पण अमरची ही रेप्युटेशन नव्हती. केस पूर्णपणे निकालातच निघाली पाहिजे!

''येस, शुअर.'' हसून अमरकडे पहात डॉ. जाल म्हणाला,''सली सलढाणा हा निर्व्यसनी मनुष्य होता. त्याला साधं सुपारीच्या खांडाचंही व्यसन नव्हतं. मेल्यानंतर त्याचं हार्ट पाहिलं मी. अठरा वर्षाच्या तरुणाइतकं चांगलं होतं ते. अशा माणसाला, इन जनरल केस, इलेक्ट्रीक ॲक्शननं हार्टअ‍ॅटॅक येऊ शकत नाही. निदान रिव्हॉल्व्हरच्या शॉट-स्पीडनं तरी नाही!''

''थँक यू.'' एका मोठ्या संकटातून सुटल्यासारखे दीक्षित म्हणाले,''यू मे क्रॉस.''

''डॉ. जाल, सलीला साधारण कितीच्या सुमाराला मृत्यू आला?''

''साधारण संध्याकाळी ७ ते १० च्या काळात.''

''दॅटस् ऑल, ॲन्ड थँक यू.''

डॉ.जाल साक्षीदाराच्या पिंजऱ्यातून बाहेर पडला आणि बॅ. दीक्षित विचारी चेहऱ्यानं उभे राहिले.

''माय नेक्स्ट विटनेस—''

''फिंगर-प्रिंट एक्सपर्ट'' ऑडियन्समधून कोणीतरी त्यांचं वाक्य पूर्ण केलं. एक सौम्य हशा पिकला. दीक्षितही मलूलपणे हसले.

''येस, फिंगर-प्रिंट एक्सपर्ट फॉर द स्टेट, मि. वाल्मिकी.''

आपला अवाढव्य देह सावरत गिड्डा साक्षीदाराच्या पिंजऱ्यात कसा बसा ॲडजस्ट करून उभा राहिला. त्यानं कपाळावरचा घाम पुसला.

शपथविधी वगैरे पार पडताच दीक्षितांनी लीड घेतला.

“मि. वाल्मिकी, ॲज अ फिंगर-प्रिंट एक्सपर्ट, तुम्ही मर्डर हाऊसला गेला होतात?”

“येस, सर.”

“मर्डर-हाऊसच्या इनर किंवा आऊट-डोअरला काही प्रिंटस् मिळाल्या?”

“शुअर, सर, सर्वात आधी एका स्त्रीच्या प्रिंटस् उमटल्या असाव्यात पण त्या मला स्टडीकरता ॲव्हेलेबल होऊ शकल्या नाहीत.”

“कारण?”

“त्या स्त्रीनं अत्यंत धूर्तपणे त्या पुसल्या होत्या.”

“आणखी?”

“आणखी एका पुरुषाच्या बुटांच्या प्रिंटस् स्पष्ट मिळाल्या. पण तो माणूस कोण होता ते अजून डिपार्टमेंटलाही कळलेलं नाही!”

“मि. बॅरिस्टर,” वैतागून जज्ज म्हणाले,“तुम्हाला केस कॉंक्रिट करता येत नाही तर घाई करता कशाला? केस सरळ विड्रॉ करा. जेव्हा तुमची माहिती पूर्ण होईल तेव्हा केस स्टॅन्ड करा.”

“एक्सक्यूज मी, सर.” दीक्षित नम्रपणे म्हणाले,“असलेल्या मटेरिअलवर मी ही केस जिंकणार आहे.”

“इफ यू आर सो शुअर...गो ऑन.”

“आणखी कोणाच्या प्रिंटस् मिळाल्या?”

“या दोन्ही प्रिंटस्‌वर मयत सली सलढाणाच्या बुटांच्या प्रिन्टस् सुपर इम्पोजड् झाल्या होत्या.”

“वेल, या प्रिंटस् व्यतिरिक्त निरनिराळ्या प्रकारच्या प्रिन्टस् मिळाल्या तुम्हाला?”

“येस, सर. सी.सी. पार्कच्या दिशेनं कारच्या टायर्सच्या खुणा मिळाल्या थेट हवेलीच्या मागेपर्यंत गेल्या होत्या त्या. नंतर पुन्हा वळून सी.सी.पार्कच्या दिशेनं गेल्या होत्या.”

“नाइस. त्या प्रिंटस्‌वरून तुम्ही निदान कारच्या मेकपर्यंत तरी पोचला असाल.”

"आम्ही त्याही पुढे गेलो सर. त्या प्रिंटस् इटालियन बूमर या कारच्या आहेत. बूमरचे स्पेअर-पार्टस् आणि टायर्स मिळू शकतील असं संपूर्ण हिंदुस्थानात एकच शॉप आहे. 'बूमर-डीलिंग कॉर्पोरेशन.' आम्ही तिथे चौकशी केली असता आम्हाला समजलं की मुंबईत फक्त सलढाणांकडेच बूमर आहे आणि सलढाणांनी ती विकत घेतलीय्."

"म्हणजे अगदी खात्रीपूर्वक आपल्याला असं म्हणता येईल की त्या टायर्सच्या खुणा सलढाणाच्या बूमर कारच्या आहेत."

"येस सर, बियॉन्ड द डाऊट."

"इ. ब्रिजनं तुम्हाला फिंगर प्रिंटस् करता आणखी काही दिलं होतं?"

"एक रिव्हॉल्व्हर."

"त्यावर हातांचे ठसे मिळाले?"

"मिळाले. रिव्हॉल्व्हरवर एकाच व्यक्तीच्या डाव्या आणि उजव्या हातांचे अनेक ठसे आहेत."

"हेच ठसे आणखी कुठे मिळाले?"

"येस सर. हेच ठसे बूमरच्या ड्रायव्हिंग व्हीलवर, सलीच्या हातांच्या ठशांवर इम्प्रेस झालेले आढळले."

"कोणाचे ठसे होते ते?"

"आरोपी मिस तारा मनोहरचे!"

"क्रॉस." अमरसारखी क्वीक ॲक्शन घ्यायच्या प्रयत्नात जाणारा तोल सावरत दीक्षित म्हणाले आणि अमर उठून उभा राहिला.

"मि. वाल्मिकी, मर्डर हाऊसमधे जे अस्पष्ट, पुसट, डिस्ट्रॉइड ठसे मिळाले, त्यात तुम्हाला एखाद्या ठशाचा निदान एखादा भाग मिळाला असेल ना?"

"नो चान्स सर. फार काळजीपूर्वक पुसलेत ठसे."

"ऑल राईट. तुमच्याजवळ या क्षणी आरोपीच्या प्रिन्टस् तयार आहेत?"

"आहेत."

"युवर ऑनर." जज्जांकडे वळत अमर म्हणाला, "सलीनं आरोपीला जी चिठ्ठी लिहिली होती, त्यावर काही ठराविक व्यक्तीचेच ठसे असायला

हवेत. एक चिठ्ठी लिहिणारा सली, ती वाचणारी तारा, नंतर चिठ्ठी हस्तगत करणारे इ.ब्रिज, चौथे-हस्ताक्षर तज्ज्ञ, पाच-बॅ. दीक्षित, सहा-आपण स्वत:, सात-कोर्टाचा रीडर.''

''अगगग!...एवढं कशाकरता पण?'' चक्रावून जात दीक्षितांनी विचारलं.

''जस्ट अ मिनीट. मी म्हणतो ते बरोबर आहे ना?''

''होय.''

''मि. वाल्मिकी, तुमचं एक्सपोजिंगचं साहित्य तुमच्याजवळ आहे?''

''ते मी सतत जवळ बाळगतो.''

''रीडरकडून ती चिठ्ठी घ्या. त्याच्यावर कोणा-कोणाच्या हातांचे ठसे आहेत, कोणाच्या नाहीत, त्याचा मला ताबडतोब रिपोर्ट हवाय्. देऊ शकाल?''

''विदिन नो मिनिटस्!''

वाल्मिकीनं हॅन्डग्लोव्हज् चढवून रीडर जवळचा कागद घेतला. ते विटनेस रुममधे निघून गेले.

खरोखरच चौथ्या मिनिटाला त्यांनी कोर्टात प्रवेश केला, तेव्हा प्रत्येकाची उत्सुकता शिगेला पोचली होती.

''येस, मि. वाल्मिकी?''

''काहीतरी घोटाळा आहे!''

''का?''

''त्या चिठ्ठीवर सली आणि ताराच्या बोटांचे ठसे नाहीत!''

''नाहीत?'' अमरनं उपरोधानं विचारलं. दीक्षित सुन्नपणे डोकं दाबून बसले होते.

''नाहीत! आणि एक प्रिन्ट अशी आहे जी कोणाचीच नाही! पण...''

''येस?''

''पण...बूमरच्या फ्रन्ट ग्लासवर आणि टपावर तशाच प्रिन्टस् मिळाल्या आहेत!''

''मि. वाल्मिकी, तुमची काही चूक होत नाही?''

''नाही.''

''युवर ऑनर, जर चिठ्ठी सली सलढाणानं लिहिली असती तर

त्यावर इसेन्शिअली, सलीच्या प्रिन्टस् मिळायलाच हव्या होत्या! आणि जर ती आरोपीनं वाचली असेल तर तिच्या हातांच्या प्रिन्टस्‌ही चिठ्ठीवर मिळायला हव्या होत्या!

"युवर ऑनर, यावरून एक गोष्ट सरळ सिद्ध होते. आरोपीनं चिठ्ठी वाचलीच नाही! आणि तिनं चिठ्ठी वाचलीच नसेल तर ती मर्डर हाऊसला जाईलच कशी?"

"माझं इ. ब्रिजना अजून सांगणं आहे, की या चिठ्ठीवरच्या, कारच्या विन्ड-शील्डवरच्या, टपावरच्या फिंगर-प्रिन्टस् ज्या माणसाशी जुळतील तो खरा खुनी आहे! आरोपीवर खटला भरून आपण खुनी मोकळाच ठेवला आहे!"

"दॅट'स् ऑल, युवर ऑनर."

दीक्षितांच्या दृष्टीनं केस नेहमीप्रमाणेच हातची चालली होती. पण एकदा तिकीट काढून पिक्चरला बसलं की तो शेवटपर्यंत पहायचा, या विचारसरणीतले होते ते.

"मि. डेव्हिड रे, बॅलिस्टिक एक्सपर्ट, महाराष्ट्र स्टेट."

डेव्हिड रे नं अजिबात वेळ वाया न घालवता शपथ वगैरे उरकून घेतली. सगळी जनरल माहिती सांगून मोकळा झाला तो.

"मि. डेव्हिड रे, बॅलिस्टिक एक्सपर्ट या नात्यानं तुमचा रिपोर्ट काय?"

"म्हणजे?...मी नाही समजलो."

"एक्झिबिशनमधे ठेवलेलं रिव्हॉल्व्हर तुम्ही कधी यापूर्वी पाहिलं आहे का?"

रे नं रिव्हॉल्व्हर हातात घेतलं. ते पेललं. त्याचा नंबर, मेक इ. सर्व गोष्टी तपासल्या आणि चेम्बर खोलून पाहिलं.

"येस सर. हे रिव्हॉल्व्हर आणि त्यातून डिसचार्ज झालेली बुलेट माझ्याकडे तपासणीसाठी आली होती."

"हेच रिव्हॉल्व्हर?"

"द ओनली वन Mc-117. 28 कॅलिबर लॉट नं.F/7/6641. मेड इन इन्डिया, बाय अे.अे. फायर वर्क्स, लुधियाना."

"या व्यतिरिक्त काही खूण?"

"नॉबवर 'R' कोरलेला आहे."

"नाईस. तुम्हाला टेस्टिंग करता देण्यात आलेली बुलेट Mc-117 मधूनच झाडण्यात आली होती?"

"कॉक-शुअर, येस सर."

"आणि ह्याच गोळीनं सलीचा प्राण घेतला?"

"डो'न्ट नो! हीच गोळी त्याच्या कपाळात शिरली होती. वोअरिंग वरनं नक्की सांगू शकतो मी."

"वेल, म्हणजे Mc-117 चा खुनाशी संबंध आहे असं मानायला हरकत नाही?"

"डोळे झाकून."

"यू ट्रेसड् द ओनरशिप?"

"येस सर."

"Mc-117 कोणी, केव्हा आणि कुठून खरेदी केलं आहे?"

"ए.ए. फायर वर्क्सची बॉम्बेची सोल एजन्सी 'गांधी ॲन्ड गांधी प्रा.लि.' कडे आहे. दादरमधल्या या दुकानातून याच महिन्याच्या दि.१६ जुलै १९७५ ला हे रिव्हॉल्व्हर खरेदी करण्यात आलं!"

"किती वाजता?"

"गांधींना अगदी ॲक्युरेट टाईमिंग सांगता आलं नाही. पण त्या दिवशी संध्याकाळी ५ ते ७ च्या दरम्यान केव्हातरी त्यांच्या नोकरानं हे रिव्हॉल्व्हर विकलं."

"विकत घेणारी व्यक्ती परवानाधारक होती?"

"होय. त्याशिवाय रिव्हॉल्व्हर मिळालंच नसतं."

"रजिस्ट्रेशन कोणाच्या नावे आहे?"

"मिस तारा मनोहर!!"

"थँक यू. क्रॉस."

"नो क्वेश्चन, सर."

"युवर ऑनर." दीक्षित संधी साधत म्हणाले,"संध्याकाळी ५ ला जेव्हा आरोपी सी-ग्लान्सला आली तेव्हाच तिनं रिव्हॉल्व्हर खरेदी केलं होतं.

याचाच अर्थ सली सलढाणाचा खून करण्याचा तिनं मनाशी निश्चय केला होता. हा खून अत्यंत निर्दयपणे, प्री-प्लॅन्ड असा केला गेलाय.''

"सरकारी वकिलांना आणखी साक्षीदार बोलवायचे आहेत?''

"नाही. सरकारी पक्षाच्या दृष्टीनं पुरावे संपलेले आहेत.''

"आरोपीच्या वकिलांना डिफेन्सचे काही साक्षीदार कॉल करायचे असतील तर त्यांनी सर्व साक्षीदारांना उद्या सकाळी साडे-दहा वाजता कोर्टात हजर राहाण्यास सांगावं.''

"आजचं कोर्टाचं काम संपलेलं आहे. उद्या सकाळी साडे-दहा वाजता पीपल व्हर्सेस तारा मनोहर केस कन्टिन्यू केली जाईल. संबंधितांनी वेळेवर उपस्थित राहावं. थँक यू.''

सहा

निळी नजर वर उचलली गेली. लोकांवर स्थिरावली. नजरेमधली प्रसन्न चमक, आत्मविश्वास पाहून लोकांनी आज केस निकालात निघणार याचा अंदाज बांधला होता. आज अमर नक्कीच सॉलिड काहीतरी घेऊन आला होता. इलेव्हन्थ अवरला केसला काय कलाटणी मिळणार आहे ते जज्ज केसरदेखील या क्षणी सांगू शकले नसते. त्यांच्या आयुष्यात इतकी कॉम्पिलकेटेड केस निर्माण झाली नव्हती.

''खरकसिंग.''

साक्षीदाराच्या रूममधून एक शिडशिडीत, परंतु लोखंडाच्या कांबीसारखा दणकट मनुष्य पुढे आला. पिंजऱ्यात उभा राहताच त्यानं शपथ घेतली.

''नाव?''

''खरकसिंग.''

''काम?''

''लिफ्ट चालवणे, पहारा देणे.''

''कुठे?''

''सलढाणा साहेबांच्या सी-ग्लान्सला.''

''पहाऱ्याला किती माणसं आहेत?''

''एकटाच आहे.''

''चोवीस तास ड्यूटीवर असतोस?''

''दोन टाईम जेवण, दोन टाईम नाष्टा सोडला तर.''

"१६ जुलै १९७५ च्या दिवशी संध्याकाळी पहाऱ्यावर होतास का तू?"

"होतो."

"सलढाणांपैकी कोणी बाहेर पडलं?"

"स्वत: साहेबच तारा देवींना घेऊन बाहेर पडले होते."

"नंतर?"

"नंतर...देवीजी."

"किती वाजता?"

"साहेब बाहेर पडल्यावर पाच मिनिटांनी."

"त्या आधी देवीजी बाहेर पडल्या नव्हत्या?"

"हॉ, एकदा पाचच्या सुमाराला बाहेर पडल्या होत्या."

"केव्हा परत आल्या?"

"अर्ध्या तासात."

"आणि नंतर परत बाहेर पडल्या?"

"होय."

"बाहेर पडताना त्यांनी कारचा वापर केला होता?"

"नाही साहेब. त्यांनी फोनवरून टॅक्सी-ऑफिसमधून टॅक्सी मागवली असावी. कारण त्या खाली आल्यानंतर दोन-तीन मिनिटात एक टॅक्सी त्यांच्यासमोर थांबली."

"त्यांनी टॅक्सीवाल्याला कुठे जायचं ते सांगितलेलं तू ऐकलंस?"

"नीट नाही ऐकलं. त्यांनी कुलाब्यातला पत्ता सांगितला, एवढं मात्र मी नक्की सांगू शकतो."

"म्हणजे बघ खरकसिंग, देवीजी पाचच्या सुमाराला बाहेर पडल्या, त्या साडेपाचला परत आल्या. आणि साहेबांबरोबर आरोपी गेल्यानंतर साधारण पाच मिनिटांनी-म्हणजे साडेसहाच्या सुमाराला त्या पुन्हा बाहेर पडल्या. बरोबर आहे ना?"

"अगदी बरोबर आहे."

"दुसऱ्यावेळी त्या केव्हा परत आल्या?"

"साहेब, मी घड्याळ पाहिलं नव्हतं. पण तरी साडेआठ वाजले असावेत."

"आणि देवीजींनंतर आरोपी एकटीच बूमर घेऊन आली?"

"होय."

"क्रॉस."

"नो, क्रॉस."बैलासारखी मान डोलावत दीक्षित खोल गेलेल्या आवाजात म्हणाले.

"नेक्स्ट विटनेस?"

"येस युवर ऑनर, मि. शंभूनाथ उदगीर."

खाकी पँट, खाकी बुश-शर्ट अंगावर. बुश शर्टच्या खिशावर एक बॅज. शंभूनाथ उदगीर साक्षीदाराच्या पिंजऱ्यात येऊन उभा राहिला.

"शंभूनाथ, तुझा व्यवसाय काय?"

"मी टॅक्सी चालवतो साहेब."

"युनियनचा मेम्बर आहेस?"

"होय. १६ जुलै ७५ ला बाईंचा फोन आला तेव्हा माझा नंबर होता. त्यामुळे मला बाईचा पत्ता देण्यात आला होता."

"बाईला कुठे सोडलंस तू?"

"कुलाबा विभागात लॅन्स डाऊन रोडला एका बंगल्यापाशी."

"बाई बाहेर येईपर्यंत थांबला होतास?"

"नो सर. बाईंना मी विचारलं होतं. पण त्या म्हणाल्या, इथे माझी कार आहे, जा तू."

"बंगल्याचं नाव आठवू शकशील?"

"साहेब, नाव लक्षात राहाण्यासारखं नव्हतं. पण बंगल्याच्या पुढ्यात एक दोन हत्तींचं कारंज आहे."

"दॅटस्, ऑल. क्रॉस."

"नो क्रॉस, यू गो ऑन क्वेश्चनिंग," वैतागून दीक्षित म्हणाले. अमर हसला.

"ऑल-राईट, मि. कलिग, आय डो'न्ट डिस्टर्ब यू. युवर ऑनर,

मी आता कोर्टापुढे असे काही साक्षीदार आणणार आहे की जे फॅन्टास्टिक माहिती देतील. त्यांच्या माहितीनं केसला टर्न मिळेल.''

"मि. नाडियादवाला.''

एक प्रचंड घेराचा पारशी विटनेस-रुममधून बाहेर आला आणि त्याचं ते आडमाप शरीर पाहूनच कोर्टात हशा पिकला. जज्ज देखील 'हा काय खात असावा?' या विचारात पडले असावेत.

लोक का हसतायत ते न कळण्याइतका नाडियादवाला बुद्धू नव्हता. तोही लोकांच्या हसण्यात सामील झाला. त्यानं एकदा गपकन् पोट आत घेतलं पुन्हा सोडलं. अचानक फुग्यातली हवा काढून घ्यावी, आणि परत भरावी तसं दृश्य दिसलं ते. तारा सुद्धा प्रसंगाचं गाभीर्य विसरून खदखदून हसत होती.

स्टॅन्डच्या कठड्यावर बलात्कार करत तो आत शिरला. नंतरची त्याची हालचाल अगदी सहज होती, पण त्या हालचालीनं कोर्टाच्या भिंती हास्यानं दणाणून गेल्या होत्या.

त्यानं दोन्ही हातांनी आपलं पोट वर उचललं, धुण्याचा पिळा ठेवावा तसं कठड्यावर सोडलं.

कठड्याचा वरचा काठ गायब!

"नाव?'' पुन्हा शांतता प्रस्थापित होताच अमरनं विचारलं.

"बोहराम नाडियादवाला.''

"व्यवसाय?''

"इम्पोर्टेड कार-डीलर.''

"तुमच्याकडे मधे केव्हा इटालियन मॉडेल्स आली होती?''

"हो. एकच लॉट आला होता. तीन बूमर होत्या. एक व्हाईट ट्रिप्लेक्स होती, दोन डीलेज होत्या.''

"वेल, बूमर किती वेळा आल्या तुमच्याकडे?''

"एकच लॉट. परत-परत आल्या असत्या तर पैसा कमवून आणखीन पोट कमावू शकलो असतो मी!'' स्वत:च्या पोटावरनं हात फिरवत तो म्हणाला.

"च्यायला!...अठरावा महिना लागल्यासारखं दिसतंय्!'' मॉबमधून

कोणीतरी पुटपुटलं आणि पुन्हा हास्याची कारंजी उडाली. सर्वात मोठा आवाज नाडियादवालाचा होता.

"मि. नाडियादवाला, थोडक्यात म्हणजे, तुम्ही आजपर्यंत फक्त तीन बूमर विकल्यात. राईट?"

"राईट."

"कोणाकोणाला विकल्यात, सांगू शकाल?"

"हो. एक दिल्लीच्या माझ्याच पुतण्याला विकली आणि दोन बूमर मि. सलढाणांनी विकत घेतल्या!"

कोर्टात खळबळ. दीक्षितांच्या जिभेखाली सॉबिट्रटची गोळी.

"दोन, का एक?"

"दोन. एक त्यांनी स्वत: घेतली. एक भावाला दिली."

"थँक यू. यू मे रिटायर."

"थँक यू. मि. विश्वास, आमच्या दुकानात या एकदा. तुमच्या डॅमलरच्या बदल्यात दोन मस्त हॅम जातीच्या रेसर्स देतो तुम्हाला." कठड्याशी मारामारी करून सुटका करवून घेत तेवढ्यात नाडियादवाला म्हणाला.

"शुअर. डॅमलर एक्सचेंज करायची असेल तेव्हा जरूर तुमच्याकडे येईन मी."

नाडियादवाला नाहीसा होईपर्यंत लोक डोळ्याचं पारणं फेडून घेत होत. त्या रात्री नक्की दृष्टीचा ताप आला असणार नाडियादवालाला!

"मि. हरिचरण बनारसी." नाडियादवाला जाताच अमरनं पुढच्या साक्षीदाराचं नाव पुकारलं आणि एक पन्नाशीचा, चेहऱ्यावर सात्विक भाव असलेला गृहस्थ साक्षीदाराच्या पिंजऱ्यात येऊन उभा राहिला.

"तुझं नाव हरिचरण बनारसी?"

"होय साहेब."

"कुठे काम करतोस तू?"

"पोपटलाल लोढांच्या बंगल्याचा मी माळी आणि रखवालदार आहे."

"हा बंगला कुठे आहे?"

"सी.सी.पार्क, सर्व्हे नं. ३३ आणि पस्तीसच्या मधे खारला."

"दि. १६ जुलै, १९७५ ची संध्याकाळ आठवते बाबा?"

"आठवते. स्मरणशक्ती चांगली आहे माझी. नजरही चांगली आहे, अजून वाचायला देखील चष्मा नाही लागत मला."

"चांगलीच आहे तब्येत तुमची बाबा, सांगा बरं, त्या दिवशी संध्याकाळी काय घडलं?"

"सूर्य-प्रकाशातच नेहमी बागेला पाणी घालून, फूल-झाडांची निगराणी करतो मी आणि त्यानंतर बागेत देखरेख करत साडेआठपर्यंत वेळ काढतो.

"१६ तारखेच्या संध्याकाळी, सातच्या सुमाराला आमच्या बंगल्याजवळ एक मोटारगाडी येऊन उभी राहिली. ती आमच्या बंगल्यासमोर थांबली नसती तर मी लक्ष दिलं नसतं साहेब. जिथे आपला संबंध नसेल तिथे नाक खुपसत नाही मी.

"मोटारीतून एक बाई खाली उतरली आणि आमच्या बंगल्यात न शिरता पुढे निघून गेली.

"ती गेल्यानंतर मी बागेला एक चक्कर मारून आलो. सहज पाहिलं तर कार तिथेच उभी होती. आणि एक तरुण कारच्या पुढच्या भागावर एक कागद ठेवून काहीतरी लिहीत होता. प्रकाशाकरता त्यानं जवळच बॅटरी ठेवली होती.

"मी आपला मेंदीतून पहात होतो.

"ते लिहून होताच तो जायला हवा होता. पण तो तिथेच थांबला आणि माझा संशय बळावला. त्याची चौकशी करण्याचे विचार माझ्या मनात येत होते. परंतु लोढा शेठ म्हणायचे, आपण बरे, आणि आपलं काम बरं. कोणाच्या भानगडीत नाक खुपसू नये, आपल्या भानगडीत कोणी खुपसायला लागलं तर लक्ष देऊ नये. 'कुत्रा भुंकतो राजा ऐकतो!' असं असावं माणसानं."

"बरोबरच आहे ते. काय करतात तुझे मालक?"

"ते बरंच काही चांगलं-वाईट छापत असतात."

"प्रकाशक आहेत का?"

"होय. रहस्यकथा प्रकाशित करतात ते."

"मग त्यांचं धोरण अत्यंत योग्य आहे. पुढे काय झालं?"

“तो तरुण तासभर तरी मोटारजवळ उभा होता. आणि नंतर ती मुलगी परत आली. दोघांच्यात बोलणं झालं.”

“काय बोलले ते?”

“ते मी ऐकू शकलो नाही साहेब. कारण साडे-आठ वाजता माझी शेठजींना देव दर्शनला न्यायची वेळ असते. मला जावं लागलं.

“पण आमच्या शंकराच्या देवळातून मला दोघं दिसत होते. बराच वेळ काहीतरी बोलल्यावर त्या तरुणानं तिच्या हातात काहीतरी दिलं आणि दोघं कारमधे बसून निघून गेले.”

“शाबास हरिचरण. फार छान माहिती सांगितलीस तू. जा हं आता.”

हरिचरणनं हात जोडले. तो बाहेर पडला.

“युवर ऑनर, हरिचरणची साक्ष जर आपण ग्राह्य मानली, तर त्या रात्री परतत असताना, आरोपीच्या बूमरमधे एक तरुण होता हे तिचं स्टेटमेन्टमधलं विधान सिद्ध होईल!

“युवर ऑनर, माझ्या दृष्टीनं केस संपत आलेली आहे. मी आता कोर्टापुढे एक अत्यंत महत्त्वाचा साक्षीदार आणि काही पुरावे सादर करणार आहे.

“मि. बिली सलढाणा...प्लीज, टेक द स्टॅन्ड.” अमर गरजला अन् कोर्टात सगळीकडे सन्नाटा पसरला. फक्त त्याच्या आवाजाचे प्रतिध्वनी लोकांच्या कानात घुमत राहिले.

विटनेस-रुममधून अत्यंत ताठरपणे एक तरुण पुढे आला. त्याच्या चेहऱ्यावर असहकाराची छाया पसरली होती.

त्याला पाहताच आरोपीच्या पिंजऱ्यात असलेली तारा एकदम ताठ झाली. तिचे नेत्र विस्फारित झाले. काहीतरी बोलण्याकरता तिनं तोंड उघडलं आणि अमरनं तिला गप राहाण्याची खूण करताच ती निमूटपणे खाली बसली.

“नाव?”

“तुम्ही उच्चारलंत तेच!”

“बिली सलढाणा?”

“होय.”

“मयत सली सलढाणाशी नातं?”

“तो माझा मोठा भाऊ होता.”

“तुम्ही त्याच्या ‘ऑल ॲट अ ग्लान्स प्रा.लि.’चे फिफ्टी परसेन्ट पार्टनर आहात?”

“होतो, आता नाही.”

“केव्हापर्यंत होतात? माझ्याकडे येण्याच्या दुसऱ्या दिवशी पर्यंत?”

“१९७० च्या जानेवारीतच पार्टनरशिप संपली आमची.”

“म्हणजे आरोपी आणि विमी नोकरीला लागण्यापूर्वी?”

“होय.”

“आय सीऽ काय व्यवसाय करता तुम्ही?”

“ऑल ॲट अ ग्लान्स’च्या तत्त्वावर मी ‘ॲट युवर सर्व्हिस’ नावाची कंपनी सुरू केली आहे.”

“नाईस आयडिया. तुमची आणि विमी सलढाणाची ओळख आहे?”

“असणारच. ती माझ्या भावाची बायको आहे.”

“केव्हापासून ओळखताय् तिला?...१९७० पासून?”

“असेल!”

“राहता कुठे?”

“लॅन्स डाऊन रोड, कुलाबा.”

“१६ जुलईच्या संध्याकाळी विमी तुमच्याकडे आली होती?”

“आली होती.”

“कशाकरता?”

“शॉपिंग करता.”

“नाईस चेकमेट. पण मि. सलढाणा, एक शंका आहे. स्वतःच्या नवऱ्याबरोबर शॉपिंग करायला जाण्याऐवजी तिनं तुमच्याकडे का यावं? आणि...तुम्ही, फोर्ट एरियाजवळ असताना, शॉपिंगकरता खारला का जावं?”

“आम्ही खारला गेलोच नव्हतो!”

“मि. सलढाणा, तुमच्या बूमरचा रजिस्ट्रेशन नंबर काय?”

“KLJ 64”

“आणि सलीच्या बूमरचा KLJ 63, असू देत, अं...काय म्हणालात

तुम्ही? तुम्ही खारला गेलाच नव्हता?''

''नव्हतो.''

''आरोपीला ओळखता का?''

''कोर्टातले सगळेच ओळखतात.''

''ओळखण्या-ओळखण्यात फरक असतो. मि. सलढाणा, माझ्या विचारण्याचा अर्थ असा, की आरोपीची तुमची ओळख होती का?''

''नव्हती.''

''म्हणजे खारच्या सी.सी.पार्कला आरोपीला जो तरुण भेटला, ते आपण नव्हता, असंच ना!''

''सर्टनली, ती मला भेटली नव्हती.''

''म्हणजेच, तिच्या ब्रीफ-केसमधे ज्या तरुणानं चिठ्ठी टाकली ते तुम्ही नव्हेत!''

''तेच-तेच विचारू नका.''

''ठीक आहे. मग ती चिठ्ठी तुम्ही कोणाजवळ दिली होती का?''

''मी तसली चिठ्ठी लिहिलीच नव्हती कधी. मी कशाला आरोपीला मर्डर-हाऊसला बोलावलंय् म्हणून सलीच्या नावानं चिठ्ठी लिहू!''

''आर यू इन्टरेस्टेड इन धिस केस?''

''नॉट ॲट ऑल!...दो द कॉर्पस् वॉज माय ब्रदर.''

''तुम्ही वर्तमानपत्रात खटल्याची हकीकत वाचत होता?''

''कधीच नाही!''

''खटल्याबाबत कोणाशी चर्चा केली होती!''

''नेव्हर, नेव्हर, नेव्हर!''

''नो डिस्कशन्स वुइथ विमी?''

''माय फूट!''

''कोर्ट ॲटेन केलं होतं?''

''डॅम धिस डर्टी बिझनेस. मी आयुष्यात पहिल्यांदा कोर्ट पाहतो आहे!''

''देन, यू आर डॅम लकी, मि. सलढाणा. आता मला एकच सांगा तुम्ही या मर्डर-केसमधे इन्टरेस्टेड नाही. तुम्ही खटला ॲटेन्ड केलेला

नाही, वृत्तपत्रात माहिती वाचलेली नाही. तुम्ही खटल्याबाबत कोणाशी चर्चा केलेली नाही.

"माझा काही घोटाळा होत नाही ना?"

"अजिबात नाही."

"मग, आरोपीच्या ब्रीफ-केसमधे सापडलेली चिठ्ठी सली सलढाणाच्या सहीची आहे आणि त्यात त्यानं तिला मर्डर-हाऊसला बोलावलं आहे, हे तुम्हाला कसं समजलं?"

बॅ. दीक्षित ताडकन् उठले. आपण काही करू शकत नाही हे लक्षात येताच, आधार काढून घेतलेल्या चिखलाच्या गोळ्यासारखे खाली बसले.

जज्ज केसरांची नजर बिलीच्या दिशेनं रोखलेली. बिलची नजर अमरच्या निळ्या नजरेत मिसळलेली. ऑडियन्सची सर्वांवर रोखलेली.

घड्याळाची टक्...टक्.

पंख्याची गरगर.

इतर पिन-ड्रॉप—सायलेन्स.

स्टिलड्-मोशन...थांबलेला क्षण!

"उत्तर दिलं नाहीत, मि. सलढाणा?"

साउन्ड-प्रूफ काच फुटल्यावर आतला आवाज अचानक बाहेर यावा, तसा अमरचा प्रश्न सर्वांच्या कानांवर आदळला.

थांबालेले क्षण धावायला लागले.

बिलीनं आपल्या शुष्क ओठांवरून जीभ फिरवली. एकदा ऑडियन्सच्या विशिष्ट दिशेनं पाहिलं.

वळून न पाहताच अमरनं, तिथे कोण आहे ते ओळखलं.

"विमी ऑडियन्समधून उत्तर सुचवू शकणार नाही तुम्हाला!" तो शांत स्वरात म्हणाला आणि बिल दचकला.

"युवर ऑनर, साक्षीदारानं या प्रश्नाचं उत्तर दिल्याशिवाय तपासणीचं काम पुढे सुरू होणार नाही." अमर निग्रही स्वरात म्हणाला.

"इफ यू टेक सो सोअर...मला ती माहिती विमीनं सांगितली!"

"एक खोटं पचवण्याकरता दुसरं खोटं!" हसून अमर म्हणाला.

आणि जज्ज केसरांकडे वळला.

"युवर ऑनर, आरोपीला १६ जुलैच्या संध्याकाळी भेटलेला तरुण दुसरा-तिसरा कोणी नसून बिली होता."

"प्रुव्ह इट!"

"शुअर."

ताडताड पावलं टाकत अमर स्वत:च्या बेंचकडे गेला. स्वत:ची ब्रीफकेस उघडून त्यानं आतून काही कागदपत्रं काढली.

"युवर ऑनर, मि. बिली सलढाणांनी मला तारा मनोहरचं वकीलपत्र स्वीकारण्याकरता फॉर्म भरून दिलेला आहे. प्रतिज्ञा-पत्र लिहून दिलं आहे.

"हे प्रतिज्ञा-पत्र, आणि सलीनं ताराला लिहिलेली चिठ्ठी, जर हस्ताक्षर तज्ज्ञांना तपासण्यासाठी दिली, तर ही चिठ्ठी आणि प्रतिज्ञा पत्र, दोन्ही एकाच माणसाच्या हस्ताक्षरात आहे हे सिद्ध होऊ शकेल.

"सेकन्ड थिंग. हा चेक मि. सलढाणांनी मला रिटेनर म्हणून दिला होता. या चेकवर लिहिलेल्या आकड्यांच्या ५ आणि ० च्या फिगर्सचे कर्व्हज् आणि सलीनं तारा मनोहरला दिलेल्या पन्नास हजारांच्या चेकवरच्या फिगर्सचे कर्व्हज् जर हस्ताक्षर-तज्ज्ञांनी तुलनात्मक दृष्टीनं तपासले तर त्या फिगर्स एकाच माणसानं लिहिलेल्या आढळतील."

अमर लांब-लांब ढांगा टाकत पुन्हा साक्षीदाराच्या पिंजऱ्याजवळ आला. त्याच्या नजरेला नजर देण्याचं धाडस बिलीमध्ये नव्हतं.

"मि. सलढाणा," त्यानं आवाज चढवनू विचारलं, "टिल् यू डिनाय द फॅक्टस्? आणखी यावरदेखील तुम्हाला काही सारवासारव करायची असेल तर मी तुम्हाला पॉइन्टस् सुचवू शकतो."

बिलीची मान तटकन् वर झाली. दात ओठ खाल्ले गेले. हातांच्या मुठी वळून त्यानं कठड्यावरून अमरच्या दिशेनं झेप घेतली.

"यूऽऽ स्कौन्ड्रऽऽल...आय् विल् किल यू ऽ!" झेप घेतानाच तो तार स्वरात ओरडला. आणि...

काय होतंय् ते समजण्यापूर्वी पुन्हा पिंजऱ्यात फेकला गेला!

"डो'न्ट ट्राय इट, डॅट वे, मि. सलढाणा. आय ॲम् वन ऑफ द

एक्सेलिंग बॉक्सर.'' सहजपणे हात झटकत अमर म्हणाला. ब्रिजकडे वळला.

''इ. ब्रिज, मि. बिली सलढाणाला तुम्ही अँसेसरी बिफोर ॲन्ड आफ्टर द मर्डर म्हणून अटक करू शकता.''

सलढाणाला अटक केल्यांनतर कोर्टात शांतता प्रस्थापित होण्यात तब्बल पंधरा मिनिटं गेली. अमरनं बिलीला ज्या इलेक्ट्रीक-ॲक्शननं स्टॅन्डमधे फेकला होता, त्याचंच लोक अजून कौतुक करत होते.

''डिफेन्सतर्फे आणखी एखादा साक्षीदार आहे काय?''

''येस, युवर ऑनर, द लास्ट, फिनिशिंग टच्.'' हसून अमर म्हणाला अन् जज्जांनी मान डोलावली.

''मि. ए. ए. असरानी.''

नाव पुकारलं जाताच एक चाळिशीचा मनुष्य साक्षीदाराच्या पिंजऱ्यात येऊन उभा राहिला.

''मि. असरानी, आपण काय करता?''

''कुठे काय करतो?'' त्यानं अगदी इनोसन्टली विचारलं आणि हास्यांच्या कारंज्यानं कोर्टातलं तणावाचं वातावरण खेळकर बनलं.

''नाही, आपला व्यवसाय काय?''

''हाँ-हाँ, त्या अर्थानं विचारलंय होय? माझं दादरला, भवानी शंकर रोडवर फायर-आर्मसचं दुकान आहे. ए.ए.फायर वर्क्स'.''

''लुधियानाचं 'ए.ए. फायर वर्क्स' तुमचंच?''

''नाही. योगायोग आहे तो. ए.ए.फायर वर्क्समधला ए. आणि विनोदी नट असरानीमधला ए.असं अजब काँबिनेशन आहे माझ्या नावात. पण माझ्याकडे 'ए.ए.फायर वर्क्स लुधियानी'ची महाराष्ट्राची सोल-डिस्ट्रिब्युटरशिप आहे म्हणून दुकानाला नाव दिलंय् मी ते.''

''गुड आयडिया.''

''थँक यू.''

''१६ जुलै, १९७५च्या संध्याकाळी एका तरुणीनं तुमच्याकडून एक रिव्हॉल्व्हर खरेदी केलं असं तुमच्या आठवणीत आहे का?''

''७५?...यु गो बॅक टु १९५५, ॲन्ड आय विल् नेम द कस्टमर!

या धंद्यात फार सावध रहावं लागतं साहेब.''

''ऑल-राइट, ऑल राइट. कोणी खरेदी केलं होतं?''

''त्या दिवसभरात फक्त एकच रिव्हॉल्व्हर विकलं गेलं होतं. मिस् तारा मनोहर नावाच्या तरुणीनं खरेदी केलं होतं ते.''

''डिस्क्रिप्शन्?''

''ब्युटीफुल.''

''तरुणीचं नाही, रिव्हॉल्व्हरचं.''

Mc-117, 28 कॅलिबर, लॉट नं. F/7/1661. मेऽड इन इन्डिया, बाय ए.ए. फायर वर्क्स लुधियाना.''

''एक्झिबिट नं. ९?''

''लेट मी सी...येस, एक्झिबिट नं. ९''

''तुम्ही रिव्हॉल्व्हर देण्यापूर्वी लायसन्स पाहिलं होतं?''

''येस, सर.''

''लायसन्स तारा मनोहर या नावावर होतं?''

''येस, सर ऑफकोर्स. रजिस्ट्रेशन त्या नावानं केलंच नसतं नाही तर मी.''

''समोरच्या पिंजऱ्यात उभ्या असलेल्या तरुणीकडे नीट बघा.''

''थँक यू. असं काही तरी इन्टरेस्टिंग सांगा!''

असरानीनं ताराकडे डोळे रोखून पाहिलं.

''झालं पाहून?''

''आटोपतं घेतो.''

त्याचं ते वाक्य ऐकून तारापण मनापासून हसली.

''या तरुणीला पूर्वी कधी पाहिलंय्.''

''कधीच नाही.''

''कधीच नाही.''

''नाही. नाही तर तिला विसरला नसतो मी. चांगल्या तरुणींचे चेहरे लक्षात ठेवण्याकरता पुरुषांच्या ओळखी विसरलो मी!''

''मि. असरानी, ज्या तरुणीनं तुमच्याकडून Mc-117 खरेदी केलं

ती हीच तरुणी आहे!''

''हॅ!...दोन्ही डोळे काढून ठेवीन, तसं सिद्ध झालं तर.''

''काही चूक होत नाही?''

''चूक होणं शक्यच नाही.''

''ओ.के. आता, मि. असरानी, तुमच्याकडून ज्या तरुणीनं तारा मनोहर असं नाव सांगून रिव्हॉल्व्हर खरेदी केलं, ती तुम्हाला हॉलमधे कुठे दिसतीय का जरा पहा बरं.''

''मी...मी बाहेर येऊ का?''

''या ना. तुम्ही काही आरोपीच्या पिंजऱ्यात उभे नाहीत.''

असरानी पिंजऱ्यातून बाहेर आला. त्यानं ऑडियन्सवरनं बारकाईनं नजर फिरवायला सुरुवात केली.

''ती!...'' अचानक एका दिशेला बोट दाखवत असरानी ओरडला आणि लोकांच्या माना गर्रकन् त्या दिशेनं वळल्या.

कोण?...कोण?

''मि. असरानी, त्या स्त्री पर्यंत जा. तिच्या खांद्यावर हात ठेवून सांगा.''

''आयला!...आज शरीरावर कुठेतरी जरा तीळ उगवलेला दिसतोय!'' असरानी पुटपुटला आणि लोकांच्या हसण्याकडे दुर्लक्ष करून त्यांना तुडवत त्या दिशेनं भराभर पुढे गेला.

''ही!...युवर ऑनर, हीच ती स्त्री!''

कोर्ट स्पेल-बाऊन्ड झाल्यासारखं पाहत होतं.

ती विमी सलढाणा होती!!

टक!...टक टक! ...टक-टक-टक-टक! टक-टक-टक-टक! कसल्याशा आवाजानं कोर्ट भानावर आलं.

एव्हाना दीक्षितांच्या टकलावर खारका मारून घेतल्यामुळे चार-पाच तरी टेंगळं आली होती.

''युवर ऑनर,'' अचानक अमर दीक्षितांकडे वळला. ''बॅ. दीक्षित, कृपा करून खारका मारून घेणं थांबवा. मला डिस्टर्ब होतोय.''

लंबुळका चेहरा करत दीक्षितांनी हातांची घडी घातली.

“युवर ऑनर, बिली आणि सली यांची पार्टनरशिप तुटण्याचे रंग दिसायला लागल्यापासून या प्रकरणाची मुहूर्तमेढ रोवली गेली.

“विमी ही बिलीची मैत्रीण. परंतु योगायोगाने बिली आणि ताराची कधी ओळख झाली नव्हती. या एकाच गोष्टीचा फायदा घेऊन प्लॅन रचण्यात आला होता.

“सलीनं सारंग गरुडाचार्य या नावानं विजयलताशी लग्न केलं आहे ही गोष्ट विमीला लग्नापूर्वीच माहिती होती! आणि त्याचं विजयलता बरोबरचं लग्न मद्रासी पद्धतीनं गणपतीच्या साक्षीनं झालं आहे. लग्नाचं रजिस्ट्रेशन झालेलं नाही हेही विमी जाणून होती!

“विमीला बिलीशी लग्न करायचं होतं, पण बिलीजवळ पैसा नव्हता. त्याला पैसा मिळवण्याची अक्कल नसली तरी इतर अक्कल खूप होती.

“प्लॅनचं पहिलं पाऊल म्हणून विमीनं सलीशी रीतसर लग्न केलं. त्यावेळी बिली लॅन्स डाऊन रोडला राहायला गेला होता. दोघं भाऊ एकमेकांचं तोंड पाहत नव्हते. त्यामुळे तारानं बिलीला पाहण्याचा प्रश्नच येत नव्हता.

“नंतर, विमीनं, ताराला आपल्याकडेच ठेवून घेतलं. तिच्या चालण्याची लकब, बोलण्याची पद्धत, हसण्याची स्टाइल, सगळं तिनं आत्मसात केलं. दोघी जिवलग मैत्रिणी म्हणून त्यांचे कपडेही एकसारखेच शिवले जात होते. हाही प्लॅनचाच एक भाग आहे हे ताराला माहीत असण्याचं कारणच नव्हतं.

“लग्नानंतर विमीनं ताराच्या नावावर रिव्हॉल्व्हरचं लायसन्स मिळवून एक महत्त्वाची अडचण दूर केली होती.

“अशा रीतीनं तयारी पूर्ण होताच, विमीनं ताराच्या प्रपोज्ड लिस्ट मधे मिसेस गरुडाचार्य नाव टाकून तिला त्या दिवशी खारचा एरिया कव्हर करायला सांगितला. तिच्या अंदाजाप्रमाणे तिथे सली आणि ताराची गाठ पडणार होती. आणि तारानं आपलं रहस्य उघडकीला आणू नये म्हणून तो तिला दमदाटी करत असतानाच तारानं त्याचा खून केला असं तिला भासवता येणार होतं.

“खून कुठे करायचा, कसा करायचा हे देखील ठरलं होतं.

"दर सोमवारी शारंग बनून जाण्यापूर्वी सली मर्डर हाऊसला जातो, तिथे कपडे बदलून मग गरुडाचार्यच्या घरी जातो, हे तिला माहीत होतं.

"सली तिथे येण्यापूर्वी थेट तारासारखा ड्रेस, तिच्यासारखी हेअर स्टाईल करून विमी त्याच्या आधी बिलीला घेऊन तिथे पोचली.

"कामाची विभागणी अशी झाली होती—खून विमीनं करायचा आणि बिलीनं खुनी हत्यार ताराच्या ताब्यात द्यायचं.

"ठरल्याप्रमाणे सली येण्यापूर्वी विमी आणि बिली मर्डर हाऊसमधे लपून बसले. त्यानंतर सली आला. कुलूप उघडं पाहून त्याला संशय आला. आत कोणीतरी होतं. पण आत आपली विमीशी गाठ पडेल हे त्याला माहीत नव्हतं. त्यामुळे विमी अचानक समोर येताच त्याला प्रचंड धक्का बसला. तिच्या हातात नेकेड रिव्हॉल्व्हर पाहून त्याच्या हार्टवर टेरिफिक प्रेशर आलं.

"विमीनं सरळ त्याच्या कपाळावर नेम धरून रिव्हॉल्व्हर झाडलं. बिलीची बूमर घेऊन ती निघून गेली.

"बिली बाहेर पडला. जिथे तारानं बूमर उभी केली होती, तिथे येऊन तिच्या येण्याची वाट पहात उभा राहिला.

तारा परत आली आणि अनोळखी तरुणाला बूमरपाशी उभा पाहून चमकली. तिनं त्याची चौकशी केली. बिलीनं तिला असं भासवलं की तो एक स्ट्रेन्जर आहे, कारच्या निरनिराळ्या मॉडेलस्मधून सफर करण्याचा फॅन आहे.

अर्थातच, तारा त्याला बूमरमधे यायला परवानगी देणार नव्हती हे बिलीला माहीत होतं. शेवटी त्यानं खुनी रिव्हॉल्व्हर तिच्या हातात दिलं आणि "काही झालं तर तू ते माझ्यावर झाडू शकतेस." असं सांगून तिला कनव्हिन्स केलं.

लिंक रोडला बिली पाच मिनिटात येतो म्हणून गेला तो परत आलाच नाही. ॲटोमॅटिकली, रिव्हॉल्व्हर ताराजवळ राहिलं.

"तारानं ते स्वत:जवळ लपवून ठेवण्याची किंवा त्याला हात लावण्याची चूक केली नसती तर तारा यात गोवली गेलीच नसती!

"युवर ऑनर, प्लॅन फार सुपीरिअर होता. पण बिलीनं एक चूक केली होती. सलीच्या सहीनं आपण एक चिठ्ठी लिहून ताराच्या ब्रीफ-केस मधे टाकली आहे, आणि त्याच्या चेक बुकातल्या एका चेकवर फोर्जड् सिग्नेचर करून तो चेक आपण तिच्या बँकेत भरलाय्, हे त्यानं लक्षात ठेवायला हवं होतं. जर त्यानं मला चेक दिला नसता, आणि प्रतिज्ञापत्र लिहून दिलं नसतं, तर बिली सापडणं फार कठीण होतं.

"या प्लॅनमागचं डोकं विमी, किंवा बिली- कोणाचंही असो, त्याहून जे निष्पन्न होणार होतं ते फार फॅन्टास्टिक होतं.

"सली मेल्यामुळे ट्रान्स्मिशन ऑफ प्रॉपर्टी ॲक्टप्रमाणे सलीची सर्व इस्टेट विमीला मिळाली असती. गरुडाचार्य हे फेक नेम असल्यामुळे आणि ते लग्न रजिस्टर्ड नसल्यामुळे, नयना गरुडाचार्य आणि कुमार हे इस्टेटीवर हक्क सांगू शकले नसते. सलीच्या खुनाबद्दल तारा फाशी गेली असती आणि..."

अचानक कोर्टात गोंधळ उडाला. कोण काय बोलतंय् तेच कोणाला समजेना.

इ. ब्रिज धावला, त्या दिशेनं अमरनं पाहिलं.

ठो!......

एक कानठळ्या बसवणारा आवाज!

विमीचा हात तिच्या कानशिलाजवळ होता. हातातल्या रिव्हॉल्व्हरचा ट्रिगर दाबला गेला होता.

ज्या सब-इन्स्पेक्टरचं रिव्हॉल्व्हर तिनं ओढून घेतलं होतं, तो भांबावून स्वत:च्या रिकाम्या होल्स्टरकडे पाहत होता.

कोर्टात स्मशान शांतता पसरली होती. घड्याळ्याच्या टिक टिक बरोबर आणखी एकच आवाज लोकलच्या ऑफ-बिटस् पकडून वाजत होता.

टक्...टक्...टक् टक्!

❖❖❖

हाय वे मर्डर

एक

तिसरी रिक्षा त्याच्या हाकेला प्रत्युत्तर न देता पुढे गेली आणि मग मात्र जाम वैतागला तो. रिक्षाचा अनुभव त्याला नवा होता. रिक्षावाले का थांबत नाहीत तेच त्याच्या लक्षात येत नव्हतं.

शेवटी चिडून तो सरळ एका रिक्षाला आडवा गेला आणि कचकन् ब्रेक मारत रिक्षा थांबली. ओल्याचिंब रस्त्यावर रिक्षाच्या टायर्सच्या खुणा उमटल्या. जाड रेक्झीनचा पडदा बाजूला करून रिक्षेवाल्यानं पावसात मुंडकं सारलं. त्याच्या लालभडक डोळ्यांतल्या रागाच्या छटा चांगल्याच तीव्रपणे जाणवत होत्या.

''का हो, चांगले सभ्य दिसताय, अन् रिक्षाखाली जीव कशाला देता?'' बऱ्याच मवाळपणे त्यानं विचारलं.

''मला पुणे-स्टेशनला जाय्चंय्.''

''रिक्षा खाली नाही.''

''खाली नाही? आत तर कोणी नाही.''

''पण मला गिऱ्हाईक करायचं नाही. काय म्हणणं आहे?'' चेहऱ्यावर पुणेरी मख्खपणा धारण करत त्यानं विचारलं, तसा तो तडकला.

''असं का?...मग रिक्षा घेऊन बाहेर कशाला पडला?'' राग दाबत त्यानं विचारलं.

''बंदी आहे का? ओऽ हीरो!... कण्णी कापा! फुकट चांगला गोरा-गोमटा थोबडा खराब नका करून घेऊ!'' गुर्मीत रिक्षावाला म्हणाला आणि

त्यानं रिक्षा स्टार्ट करण्याकरता हात बारकडे नेला.

हीरोच्या हाताची पकड गपकन् त्याच्या हातावर बसली, तसा तो रिक्षातून बाहेर आला.

"एऽऽ... तुझ्याऽयला! भडव्या... नीट सांगून समजत नाही होय रे?" पावसाच्या वरताण आवाज काढत त्यानं विचारलं. हीरो बोलला नाही काही, पण रिक्षावाला मात्र फस्स्‌दिशी स्वत:च्या सीटवर दाबला गेला होता.

एक रिक्षा त्यांच्याजवळ येऊन थांबली. दुसऱ्या रिक्षेवाल्यानं बाहेर तोंड काढलं.

"काय झालं रे सुरेश?"

"भैंऽचोद!" मदतीला एक व्यवसाय-बंधू आलेला पाहताच सुरेशला जोर चढला. "रिक्षा खाली नाही म्हणतोय् तर कळत नाही!"

दुसऱ्या क्षणी तो बाहेर आला आणि हीरोच्या अंगावर त्यानं झेप घेतली. हीरो शांत. त्याच्या हालचाली संयमित. रिक्षावर आपटला तेव्हाच सुरेशला आपल्या हनुवटीवर फटका बसल्याचं लक्षात आलं.

"ओऽ मारता काय?" दुसरा रिक्षावाला आवेशानं बाहेर येत ओरडला.

पुण्यात तुम्हाला इतर कोणात एकी दिसणार नाही. रिक्षावाले सुद्धा आपापसात खुन्नस ठेवून राहातील. पण गिऱ्हाईकाशी भांडण म्हटलं की 'आपण सारे एकशे पाच!' अशा थाटात एकत्र येतील!

तिसरी रिक्षा!

"क्या हुआ बे, राजू?"

"आ रे मन्नू, गिऱ्हाईक ढोसबाजी करता है!"

"तिच्याऽ यला!...ओढ ना कानाखाली दश्शा!" मन्नू म्हणाला आणि कोणालातरी चोपायला मिळणार या कल्पनेनं खूष होत बाहेर आला.

"कोण आहे, कोण आहे तो मादर?" हातातला गज सावरत मन्नू पुढे झाला. त्यानं एकदा हीरोकडे मान उंचावून पाहिलं. क्षणभर त्याच्या तोंडाकडे तो निरखून पाहात राहिला.

"अरे!...साब, आप...?...आप" स्मरणशक्तीला ताण देत मन्नू म्हणाला.

"अमर विश्वास."

"मुंबईचे बॅ. अमर विश्वास?"

"हाँ."

कचकन् मागे वळला तो.

"तेरी माँ की ! गांऽडोऽऽ. कोणाला रुबाब दाखवायचा समजतं का रे?" त्यानं विचारलं आणि राजू आणि सुरेश जरा चरकले.

"हमें क्या मालूम ये कहाँ के बॅरिस्टर है!" राजू पुटपुटला.

"च्यूत्या झाला काय? भडव्या, दोन मिनिटात आत होशीली तेव्हा समजेल. पेपर वाचतो का कधी? जा गुपचूप, त्यांना सोडून ये. जास्त भंकस केलीस तर लायसन्स सुद्धा राहाणार नाही!" मन्नू म्हणाला तसा सुरेश जाम टरकला. आधीच तीन वेळा नापास होऊन चौथ्या टेस्टला लायसन्स मिळवलं होतं त्यानं.

"माफ करना साब!... बैठो!" पटकन् रिक्षाला हॅन्डल मारत तो म्हणाला. अमरनं रेनकोट काढून हातावर टाकला. मन्नूकडे पाहून तो हसला.

"पूना स्टेशन" आत बसत तो म्हणाला आणि वन-वे चा विचार न करता रिक्षावाल्यानं डेक्कन टॉकीजपाशीच यू टर्न घेतला. जे एम्. रोडनं त्याची रिक्षा भन्नाट वेगानं पळायला लागली.

"जल्दी करो भाई, मद्रास मिलनी चाहिये." अस्वस्थपणे घड्याळात पहात अमर म्हणाला.

"मद्रास?...साहेब, मद्रास एव्हाना खडकीपर्यंत गेली असेल."

"माय गॉड! कारनं आलो असतो तर बरं झालं असतं. ही गाड्यांची लफडी कळतच नाहीत."

"नुकतंच मद्रासचं टाईमिंग बदललंय साहेब."

"आता मुंबईला जायला गाडी...?"

"इतक्यात नाही. एकदम सकाळची जनता."

"आणि मला सकाळच्या आत दादर गाठलं पाहिजे."

"मग साहेब, टॅक्सीच बघा तुम्ही. दोन-अडीच तासात दादरला जाऊ शकाल."

"टॅक्सी मिळते का?"

"नाही सीटस् भरली तर स्पेशल टॅक्सी करायची. जातात शे-सव्वाशे. पण तुमचं काम तितकं महत्त्वाचं असेल तर द्यायलाच पाहिजेत." एका टॅक्सीपाशीच रिक्षा थांबवत तो म्हणाला.

"किती?"

"समजून द्या साहेब. तुमच्याकडे काय मागणार आम्ही? रात्री आम्ही मीटर टाकतच नाही. त्यातून असा मुसळधार पाऊस असेल तर रिक्षा स्लीप होण्याची भीती असते. साहेब, रिक्षेची खराबी झाली तर गिऱ्हाईक नाही भरून देत. आम्हाला अशा पैशातूनच सोय करावी लागते." तो म्हणाला आणि हसत अमरनं त्याच्या हातावर पाचची नोट ठेवली. हे पाच रुपये कुठल्यातरी 'देशी दारूचे दुकान'च्या मालकाला समर्पण होणार हे त्याला माहीत होतं.

"ए उस्मान, बडं गिऱ्हाईक आणलं बघ तुला. साहेबांना दादरला घेऊन जा."

"अबे, सीट नाही ना!"

"नसू देत. त्यांना स्पेशल हवीय."

"हाँ?...बसा साहेब." दार उघडून उगाचच सीटवर फडकं मारत उस्मान म्हणाला.

"अडीच तासात दादरला टच होशील का रे?" आत बसत अमरनं विचारलं.

"अडीच?...किती वाजलेत?"

"अं...एक पंचवीस."

"तीन चाळीसला दादरला सोडतो." उस्मान म्हणाला. त्यानं टॅक्सी स्टार्ट केली. ड्राइव्हिंगला पन्टर मस्त तयार होता. अमरही कौतुकानं त्याचं कसब पहात होता. वाईट एकच होतं-उस्मान तीळ भिजू देत नव्हता. सतत बडबड...सतत बडबड. डोकं पिकलं त्याचं त्या बडबडीनं.

तेराव्या मिनिटाला पठ्ठ्यानं पिंपरीच्या परिसरात टॅक्सी आणली होती. पण एच.ए.पेनिसिलीन फॅक्टरी मागे पडली आणि उस्मानचा वेग मंदावला. पिंपरीच्या पोस्ट ऑफिसच्या थोडं पुढे जी बकाल वस्ती आहे, त्या वस्तीसमोर

टॅक्सी थांबली.

"काय झालं रे? काही बिघडलं का?"

"साहेब, उस्मानच्या गाडीनं एकदा स्टार्ट घेतला ह्याचा अर्थ गाडी शेवटपर्यंत दगा नाही देणार. रोख पैसे मोजलेत साहेब. बँकेकडे भीक मागून नाही खरेदी केली."

"मग थांबलास कशाला?"

"साहेब, जरा दोन रुपये द्या ना. भाड्यातून कापून घ्या."

"दोन रुपये?"

"हाँ साहेब. टॅक्सीच्या पेट्रोलची सोय झाली, आता माझ्या पेट्रोलची नको का?" त्यानं हसत विचारलं आणि त्याला दोन रुपये कशाकरता हवेत ते अमरच्या लक्षात आलं.

"काय पितोस? हातभट्टी का?"

"मग? तुमची ती इंग्लिश देखील पिऊन पाहिली. हातभट्टीचा मजा तुमच्या इंग्लिशमधे नाही साहेब. गोऱ्या मडमांसारखीच आहे ती. त्या बायका नुसत्या पाहाण्याच्या! लग्न करायचं असेल तर धडधाकट, काळी देशी बायकोच!" तो खुशीत म्हणाला आणि अमरनं दिलेले दोन रुपये घेऊन बाहेर पडला.

"काळजी करू नका साहेब. परतानीचा अड्डा हा पलीकडेच आहे. हा गेलो आणि हा आलो. गटागटा प्यायला वेळ नाही लागायचा."

त्यानं उत्साहानं रस्ता क्रॉस केला. गावठी डुकरांच्या गर्दीतून तो वस्तीत शिरला. ताबडतोब परत आला. त्यानं घेतलीय हे सांगायलाच नको होतं. तो टॅक्सीत शिरताच आतल्या भागात गावठीचा आंबूस दर्प दरवळला सगळीकडे.

"चला साहेब, आता थेट दादरलाच थांबायचं." तो म्हणाला आणि त्यानं टॅक्सी स्टार्ट केली. बिंग-बिंग करत टॅक्सी धावायला लागली. हात भट्टीचा उग्र दर्प जाणवू नये म्हणून अमरनं टॅक्सीच्या खिडक्या खोलून ठेवल्या होत्या.

बाहेर पावसाची रिपरिप अजूनही चालू होती. हवेत ओलसर गारवा

पसरला होता. उस्मान बडबडत होता आणि त्याच्या बोलण्याकडे लक्ष न देता हुंकार टाकत अमर पेंगत होता. चिंचवड-देहूरोडच्या दरम्यान त्याला कधीतरी अगदी गाढ झोप लागली. नंतर उस्मान किती वेळ बडबडत होता ते त्याला समजलंच नव्हतं.

मधेच केव्हातरी टॅक्सीला गचकन् धक्का बसला, ब्रेकचे आवाज घुमले आणि त्यानं डोळे उघडले.

"कोणी मधे तडमडलं का रे?" बाहेर पाहत अमरनं विचारलं.

"काय झालं समजलं नाही साहेब. पण पुढे बघा ना मोटारींची रांगच्या रांग उभी आहे." काचेतून समोर पाहत उस्मान म्हणाला.

"आपण लोणावळा ओलांडला इतक्यात?" उजव्या बाजूला पसरलेल्या प्रचंड दरीकडे पाहत अमरनं विचारलं.

"उस्मानची टॅक्सी आहे साहेब. घाट सुरू झालाय." आपण एका साहेबाला कसं आश्चर्यचकित केलं अशा थाटात उस्मान म्हणाला.

पावसाळ्याचे दिवस होते. घाट निसरडा झाला होता. पुढे कुठे तरी ॲक्सिडन्ट झाल्याची शक्यता होती. कदाचित एखादी दरडही कोसळली असावी. अमरला काहीच इन्टरेस्ट नव्हता. तो पुन्हा सरकून ऐसपैस बसला. तोंडावर हॅट ठेवून त्यानं डोळे मिटले.

"साहेब, काय झालं बघतो जरा."

"हं. रस्ता मिळाला की वेळ न गमवता टॅक्सी काढ." अमर मिटल्या डोळ्यांनीच म्हणाला, त्यानं फक्त पुढच्या दरवाजाचा खट्ट आवाज ऐकला. उस्मान किती वेळ बाहेर होता, कुठपर्यंत पाहून आला होता, त्याला कळलं सुद्धा नाही.

पण उस्माननं त्याला हालवून जागं केलं तेव्हा अर्धा तास तरी झोप झाली होती त्याची. उस्मान मागचा दरवाजा उघडून त्याला हाक मारत होता.

"काय रे उस्मान?...काय झालंय् पाहिलंस का?"

"कसलं काय साहेब, आम्हाला कोण पुढे जाऊ देतंय्? तिसरं खतरनाक वळण आहे ना, तिथे अपघात झालाय कोणाला तरी. कोणीतरी मोठा माणूस असावा. पोलिसांनी रस्ता पार बंद करून टाकलाय.

“एका पोलिसाला चांगलं ‘हवालदार’ म्हणून हाक मारून काय झालं म्हणून विचारलं, तर असा अंगावर ओरडला साहेब; हृदयात धडकी भरली माझ्या! पोलिसांच्या ट्रेनिंगमधे खास ओरडण्याचंही ट्रेनिंग असावं साहेब. सगळे पोलीस एकाच पद्धतीनं ‘ऐऽऽ...अँऽय्’ करून कसे ओरडतात कुणास ठाऊक!” तो पडेल चेहऱ्यानं म्हणाला आणि अमरला जाम हसू आलं. ऑब्झर्वेशन परफेक्ट होतं त्याचं.

“पोलिसाच्या ओरडण्यालाच टरकलास होय रे?”

“हॉ!...असं कसं होईल साहेब? टॅक्सीचा धंदा सुरू करण्यापूर्वी गंगाधर प्रिन्टर्स मधे कंपोझिटर म्हणून कामाला होतो मी. एकदा मालकानं ओव्हर टाईमला बसवलं. रात्रीचे बारा वाजून गेले की साहेब प्रेसमधून बाहेर पडायला!

“आता गंमत बघा, बसेस बंद झालेल्या. जवळ सायकल नाही. रिक्षानं जाण्याची परिस्थिती नाही. प्रेस होता रविवारात आणि मी तेव्हा राहात होतो कोथरूडला!

“निघालो पायी. चार-सहा मैलाचं अंतर पायी तोडायचं! मधे रीगलला चहा मारला आणि निघालो डुलत-डुलत. आणि एम्.इ.एस्. कॉलेजच्या पुढे हटकलं की दोघा पोलिसांनी!

“एकजण ‘ऐंऽ...अॅऽय्” करून ओरडला आणि फस्‌दिशी हसलो मी. पोलिसी इंगा माहीत नव्हता तेव्हा. च्यायला! अटक केली की मला. काय कारण असेल? रात्री-बेरात्री संशयास्पद रीतीनं भटकताना पकडलं म्हणे! कलम नंबर १२२!”

“अँ?” हसू दाबत अमरनं विचारलं “कुठे गेला होता, इतका उशीर का झाला, काहीसुद्धा विचारलं नाही?”

“सांगितलं राव मी. पण विश्वास ठेवायलाच तयार नाहीत. त्यांना म्हटलं तुम्ही गंगाधर प्रिन्टर्समधे चौकशी करा. कसलं काय अन् कसलं काय! डायरेक्ट येरवडा जेलला रवानगी. आमच्या दिसण्याचा परिणाम आहे साहेब हा. तुम्ही रस्त्यात भटकताना आढळलात तर तुम्हाला नाही हटकणार कोणी; पण आम्ही दिसतोच तसे ना.”

उस्मानचं म्हणणं खरं होतं. जेमतेम सव्वापाच फुटांपर्यंत उंची. लेण्यामधल्या मूर्तीसारखा चकाकणारा तेलकट चेहरा. त्यात कपाळावर देवानंद स्टाईल केस दाबून पुढे ओढवलेले. आणि जितेंद्र चित्रपटात वापरतो म्हणून त्या पद्धतीनं शिवलेला भगभगीत तांबडा शर्ट अंगात!

"साहेब, काय सांगू तुम्हाला! सात दिवस डांबलं होतं मला. घरी पत्र लिहायचं तर माझ्या हातरुमालाच्या बदल्यात पोस्टकार्ड घ्यावं लागलं मला! सर्वात टरकलो ते जेलची भांडी पाहून.

"जेलर साहेबांनी सांगितलं, ह्याला भांडी घासायला पाठवा. म्हटलं बरंय्! चार दोन भांडी घासली की दिवसभर काही काम नाही. तुम्हाला खोटं वाटेल साहेब, पातेलं इतकं प्रचंड होतं की पाहूनच डोळे फिरले माझे! आत वाकून पाहतो तर माझ्यासारखी बारा मुलं आत बसून पातेलं घासत होती!" उस्मान म्हणाला आणि अमर अगदी जोरजोरात हसला. त्याच्या सांगण्याच्या पद्धतीची फार मजा वाटली त्याला.

"सात दिवसांनी सुटलो. तेव्हापासून पोलिसानं 'ऐं...अॅऽय' केलं की मला थेट येरवड्याचा तुरुंग आणि त्यातलं ते पंधरा माणसांना गिळणारं पातेलं आठवतं!

"पोलीस गुरकल्यावर मागेच फिरलो मी. म्हटलं निरनिराळ्या जेलमधली भांडी नको घासून पहायला."

"रोड सुरू व्हायला किती वेळ लागेल ते पण नाही विचारलंस?"

"हॅं! रोड सुरू झाला की पुढच्या कार्स पळायला लागतील. आपणही जाऊ मग."

"तू बैस. मीच जरा बघतो."

"हॉं, पण जपून साहेब. नाही तर एक कार्ड घरी पाठवण्याकरता तुमचा कोट मागितला तर फार महागात जाईल तुम्हाला."

अमर हसत-हसत चालायला लागला. त्याला तुरुंगाची भीती दाखवणारा पहिलाच मनुष्य भेटला होता आयुष्यात.

दोन मोठी वळणं पार करून बंदोबस्त केलेल्या भागापाशी पोचायला देखील दहा एक मिनिटं गेली त्याची.

त्याला पाहताच एक पोलीस त्याच्या दिशेनं झपाझप पावलं टाकत आला. पोलीस पाहताच अमरला 'ऐंऽऽ...अँऽऽय्' आठवलं आणि महत्प्रयासानं हसू दाबलं त्यानं.

"साहेब, प्लीज तुमच्या कारमधे जाऊन बसा. पोलिसांच्या कामात अडथळा आणला लोकांनी तर तुम्हाला जायला उशीर होईल." अमरच्या सभ्यपणाकडे पाहून मवाळ स्वरात त्यानं समजावून सांगितलं.

"व्हॉट'स् युवर नेम?"

"आँ?...व्हॉटस् युवर नेम इज अनंत बाबर."

"वुड यू माइन्ड..."

"साहेब, तुम्ही इन्स्पेक्टर साहेबांना भेटा. यू टु इन्स्पेक्टर बॉस मीट!" 'तुम्ही इन्स्पेक्टर साहेबांना भेटा'ला शक्यतो इंग्रजीतले शब्द शोधून ते अमरच्या तोंडावर मारत 'नो एन्ड बार्बर (मिडल् आर डिलीट)' साहेब म्हणाले आणि पोलिसांच्या कड्यातून अमर आत शिरला. अनंतराव बाबर महाराज, अगदी आपण एका सुशिक्षित माणसाशी इंग्रजीतून बोलल्याच्या आनंदात छाती फुगवून हिंडत राहिले.

बाबरनं इंग्रजीच्या टाकलेल्या लेंड्या बहुतेक पोलिसांनी पाहिल्या होत्या. त्यामुळे अमरला हटकण्याचा वेडेपणा कोणी केलाच नाही. थेट इन्स्पेक्टरपर्यंत जाऊन पोचला तो.

"आपल्याला काय हवं? तुम्ही जर किती वेळ लागेल म्हणून चौकशी करण्याकरता आला असाल तर...आय ॲम् हेल्पलेस. माझ्या विंगची माणसं शक्यतो झराझर उरकतायत. पंचनामा झाला की मी ताबडतोब प्रेत हालवून तुम्हाला सोडीन. एक्सक्यूज अस फॉर द इन-कन्व्हिनिअन्सेस." इन्स्पेक्टर मृदु शब्दात म्हणाला आणि अमरला त्याचं कौतुक वाटलं. ॲक्सिडन्टच्या जागी सरकारी काम उरकताना, शिवाय लोकांना शांतपणे उत्तरं द्यायची म्हणजे जबरदस्त पेशन्स हवा. नाही म्हटलं तरी अशी ड्यूटी मिळाली की थोडंसं टेन्शन येणार.

"तुमचा काहीतरी गैरसमज झालाय् इन्स्पेक्टर. मी मि. विश्वास." त्यांच्या हातात स्वत:चं व्हिजिटिंग कार्ड देत अमर म्हणाला.

"बॅ. अमर विश्वास!...ओह, व्हेरी ग्लॅड टु सी यू, सर. तुमची गाठ पडण्याचा अलभ्य प्रसंग कधी येईलसं वाटलं नव्हतं." प्रसन्नपणे हसून त्याच्याशी हस्तांदोलन करत इन्स्पेक्टर म्हणाला,"मी इ. गिरीश खत्री. खंडाळ्यापासून ते खोपोलीपर्यंतचा एरिया माझा आहे. सर, वुड यू माइन्ड अ कप ऑफ कॉफी? हवेत मस्त गारवा आहे. आम्ही थर्मास भरून आणतो नेहमी. किती वेळ लागेल ते सांगता येत नाही, कंटाळा आला की मस्तपैकी कडवट कॉफी सिप् करत पनामाचे कश मारावेत. व्हिस्की झक मारते सर."

"ऑल राईट-ऑल राईट. इतकं कन्व्हिन्स करण्याची गरज नाही. मी कॉफी घ्यायला तयार आहे."

"डेफिनेटली, यू विल एन्जॉय माय कंपनी." उत्साहानं इ. खत्री म्हणाला अन् अमरला घेऊन जीपकडे गेला.

"बाय द वे, इन्स्पेक्टर, काय झालंय्?" कॉफी सिप् करत अमरनं विचारलं.

"नथिंग. व्यवस्थित अपघात आहे हा. फक्त फार मोठ्या माणसाचा असल्यामुळे आम्ही काळजीपूर्वक चेकिंग करतोय्."

"कोण?"

"तुम्हाला श्रीयाळ नाव माहीत आहे?'

"श्रीयाळ...श्रीयाळ...नक्की आठवत नाही."

"बॉम्बेच्या निम्म्याहून अधिक स्मॉल स्केल्स्ना फायनान्स करायचे ते."

"हं...राज कपूर नावानं पॉप्युलर आहेत ते."

"करेक्ट. थेट राज कपूर सारखे दिसायचे. फक्त त्यांच्या वाटचे निळे डोळे तुमच्याकडे आल्यानं त्यांचे काळेच राहिले." हसत इ. खत्री म्हणाला. "यू वॉन्ट टु सी द कॉर्पस्?"

"डो'न्ट माइन्ड."

"चला."

दोघांनीही कॉफीचे मग्ज हातात घेतले. कॉफी सिप् करत दोघं अपघाताच्या दिशेनं निघाले. एक फोटोग्राफर कारचे आणि कारमधून अर्धवट बाहेर आलेल्या प्रेताचे फोटो घेत होता. एक फिंगर प्रिन्ट एक्सपर्ट त्याच्या

बरोबर हिंडून त्याला आवश्यक वाटणारे स्पॉटस् निवडत होता.

इन्स्पेक्टर बरोबर एका हॅन्डसम तरुणाला पाहताच त्यांची कामं थांबली.

"तुमची ओळख करून देतो. वन ऑफ द मोस्ट प्रॉमिनन्ट पर्सनॅलिटीज-बॅ. अमर विश्वास."

"ओह! हाऊ डु यू डू?"

"हाऊ डु यू डू?"

"डॉ. दुभाषी, फोटोग्राफर मि. उत्तमकुमार, फिंगर प्रिन्टस् ॲन्ड बॅलिस्टिक एक्सपर्ट मि. जॉन मूरे."

"तुमची काही हरकत नसल्यास मी जरा अपघाताची परिस्थिती पाहू का?"

"शुअर. तुमची मदत झाली तर ती मी आनंदानं स्वीकारीन." इ. खत्री म्हणाला. अमर खत्रींबरोबरच पुढे झाला.

व्हेरी सिंपल. वळणावर वळण घेताना श्रीयाळांचं जजमेन्ट पूर्णतः चुकलेलं होतं. त्यांची इम्पाला दरीत कोसळण्याऐवजी खडकावर आपटली होती. गाडी स्पीडमधे असावी. ब्रेक्स् लावण्याचा प्रयत्न सुद्धा झालेला नसावा. कारचं बॉनेट पार खलास झालेलं होतं. काचा-बिचा पार चक्काचूर होऊन इतस्ततः पसरल्या होत्या. कारला बसलेल्या जबरदस्त धक्क्यानं श्रीयाळ अर्धवट बाहेर फेकले गेले होते. स्फोटामधे त्यांचं कमरेपर्यंतचं शरीर जळालं होतं. वरच्या भागालाही बऱ्याच जखमा झाल्या होत्या.

"खत्री, जरा लाईटस् पॉवरफुल द्या." अमर म्हणाला आणि झगमगाटानं रस्ता न्हाऊन निघाला.

"विश्वास, तुम्हाला काही संशयास्पद आढळतंय का?" त्याच्या चेहऱ्याकडे बारकाईनं पहात खत्रीनं विचारलं.

"नॉट शुअर. पण इन्स्पेक्टर, संशयाला जागा आहे."

"यू मिन...धिस इज मर्डर?"

"आय 'थिंक'सो."

"देन इट मस्ट बी."

"इन्स्पेक्टर, एक काम करता का?"

"येस, शुअर."

"एखाद्या पोलिसाजवळ हे पैसे द्या. दीडशे रुपये आहेत. वरच्या बाजूला पहिल्या वळणावर एक फिअॅटची टॅक्सी आहे. ड्राइव्हरचं नाव आहे उस्मान. त्याला हे पैसे द्या. आणि पुण्याला जायला सांगा."

"म्हणजे ही केस तुम्ही इन्व्हेस्टीगेट करताय्?"

"फॉर युवर सेक."

"थँक यू व्हेरी मच, बॅरिस्टर." इन्स्पेक्टर खत्री आनंदानं म्हणाला, तेव्हा अमर पहाडी प्रदेशाचं निरीक्षण करण्यात गुंग झाला होता.

दोन

सकाळची उन्हं प्रसन्नपणे खंडाळ्याच्या अंगा-खांद्यावर लोळत होती. सौम्यपणे हसत सूर्यदेव त्यांचा खेळ पाहत होता. फुलं, पानांच्या कानात कुजबुजत होती, आणि पानं लाजून अंग घुसळत होती. पूना-बॉम्बे रोड उरावर ट्रॅक्स्‌ची ओझी घेऊन एखाद्या स्थितप्रज्ञासारखा पडून होता.

साईड घेत एक जीप लेफ्ट हॅन्डला वळली. मेन रोड सोडून छोट्या काँक्रीट रोडला लागली. चढण संपली आणि जीप एका भव्य पटांगणातल्या हिरवळीपाशी थांबली.

जीपमधून इ. खत्री हातातली सूटकेस सावरत खाली उतरला. जीप लॉक करून पटांगणामागच्या हॉटेलच्या दिशेनं चालू लागला. त्याच्या प्रत्येक पावलाबरोबर हिरवळीत पडलेलं पाणी त्याच्या पॅन्टवर उडत होतं.

हॉटेल कांची. खंडाळ्यातलं अत्यंत महागडं हॉटेल होतं ते. पण सर्व्हीस बेस्ट होती. मोजलेल्या पैशांचा पुरेपूर मोबदला मिळत होता.

दरवाज्यावरच्या पहारेकऱ्यानं इ. खत्रींकडे पाहिलं अन् धावत-धावत तो त्याच्याजवळ आला. त्यानं खत्रीला सॅल्यूट ठोकला.

"गुड मॉर्निंग, सर."

"व्हेरी गुड मॉर्निंग."

"आपण बॅ. विश्वासांना भेटायला आलात का?"

"होय. त्यांनी तुला काही सांगून ठेवलंय्?"

"तुमचं सामान घेऊन सूट नं. ६ मधे पोचवायला सांगितलंय्."

"घे." त्याच्या हातात सूटकेस देत खत्री म्हणाला. त्याच्या मागोमाग पोर्चच्या पायऱ्या चढून पोर्चमधे आला.

खत्री पहिल्यांदाच हॉटेल कांचीमधे शिरत होता. आपण कांचीबद्दल जे ऐकलं ते सर्व खरं असल्याची त्याची खात्री पटली होती. कॉरिडॉरमधेही गुबगुबीत फरचे गालीचे घातलेले होते. प्रत्येक खिडक्यांच्या खाली फ्लॉवरपॉटस् होते. त्यात प्रसन्नपणानं डवरलेली ताजी-ताजी फुलं होती. अत्यंत योग्य जागा निवडून जगातली गाजलेली, दुर्मिळ चित्रं लावण्यात आली होती. संपूर्ण भिंतीवर सराफ लोक नाजूक मीना भरतात तशी अत्यंत नाजूक नक्षी होती. त्यातच सुरेची सुरई घेऊन चालणाऱ्या गजगामिनी अप्सरा होत्या, वॉटर-बॅले करणारी नर्तकी होती. पहावं तितकं थोडंच होतं.

इ. खत्री सूट नं. ६ पाशी येताच पहारेकऱ्यानं सूटकेस खाली ठेवली. बाहेरच्या बाजूच्या भिंतीला लटकलेला रिसीव्हर उचलला.

"हॅलो, गुड मॉर्निंग सर, इन्स्पेक्टर खत्री आपली गाठ घेऊ इच्छितात." तो अगदी कुजबुजल्यासारखा म्हणाला आणि तोच आवाज आत खणखणीतपणे प्रतिध्वनीत झाला.

"दार उघडं आहे. लेट हिम कम. आम्हाला फळं घेऊन ये." आतून आवाज आला.

"इन्स्पेक्टर साहेब, आत जाऊ शकता तुम्ही." खत्रीला सलाम ठोकत पहारेकरी म्हणाला. तिथल्या एकंदर व्यवस्थेनं आणि वातावरणानं खत्री भारावून गेला होता. त्यानं खिशातून एक दहाची नोट काढून त्याच्यासमोर धरली.

"नो, थँकस्. आय गेट फोर हन्ड्रेड पर मन्थ फॉर धिस ड्यूटी." तो कोरडेपणानं म्हणाला आणि निघून गेला.

खत्रीनं आश्चर्यानं खांदे उडवले. दार उघडून तो आत आला.

"गुड मॉर्निंग इ. खत्री." खिडकीतून मागे वळून पहात अमर म्हणाला.

"गुड मॉर्निंग. तुम्ही माझी वाटच पहात असाल ना?"

"होय. सध्या तरी तेवढंच हातात आहे माझ्या. फोटोग्राफस् आणि फिंगर-प्रिन्टचे रिपोर्टस् आणले?" खत्रीच्या हातातल्या सूटकेसकडे पहात

अमरनं विचारलं.

"येस, सर" खत्री म्हणाला आणि दोघंही समोरासमोरच्या ईझी चेअर्सवर बसले. खत्रीनं सूटकेस मधल्या टी-पॉयवर ठेवली.

"बघू" नोकरानं आणून ठेवलेल्या फळांच्या डिशमधून एक लालबुंद सफरचंद उचलत अमर म्हणाला. खत्रीनं सूटकेसचं कुलूप काढलं. लिड वर उचललं. आतल्या फाइल्स काढून अमर समोर टाकल्या.

"मि. विश्वास, तुम्ही म्हणताय्. माझं मत विचाराल तर धिस इज सिंपली अॅन अॅक्सिडन्ट."

"तुम्ही फोटोग्राफस् आणि रिपोर्टस् बारकाईनं पाहिले?"

"दोन तास पहात होतो मी. मला नाही तसा संशय आला."

"लेट अस डिटेक्ट द डिफरन्स ऑफ ओपिनियन. हा खून नसेल तर तुमच्याइतका मलाही आनंद होईल. तुमच्या मागची कटकट जाईल."

"ऑफ कोर्स. पण खून सिद्ध करू शकलो तर मला प्रमोशन्स मिळतील. अर्थात म्हणून ती आत्महत्या नसून खून आहे असं खोटं सिद्ध करायचं नाही मला."

अमरनं आधी फोटोग्राफस्ची फाईल उचलली. एकेक फोटो तो अत्यंत काळजीपूर्वक पहायला लागला. प्रत्येक फोटो न् फोटो क्लीअर होता. अत्यंत योग्य अँगल्स् निवडण्यात आले होते.

"विश्वास, हा फोटो आम्ही कारचा घेतलाय. त्याच्या मागचा दोन नंबरचा जो फोटो आहे तो साईडनं घेतलाय्. त्यात प्रेताची पोझिशन क्लीअर आहे."

"जस्ट अ मिनीट, इन्स्पेक्टर," विचार करत अमर म्हणाला. त्यानं एक मिनीट, दोन्ही फोटो निरखून पाहिले. "कार राईट हॅन्ड ड्राइव्ह दिसतीय्."

"हं."

"आणि ती राईट हॅन्डलाच वळून खडकावर आपटली आहे."

"तेही खरंय्."

"मग जर फोर्सचा विचार केला तर फोर्स टोटली राईड-हॅन्ड डायमेन्शनचा आहे. धडक बसल्यानंतर माणूस कोणीकडच्या बाजूला फेकला

जाईल?''

''उजव्या.''

''पहिल्या फोटोग्राफमधली बॉनेटची अवस्था लक्षात घेतली तर स्पीड लक्षात येण्यासारखा आहे. श्रीयाळचं प्रेत उडून कुठे तरी खडकाळ भागात मिळायला हवं.''

''नॉट नेसेसरी. गीअर स्टीक मधे पाय अडकला असेल त्याचा.''

''कबूल. पण तेवढ्याकरता तरी तो राईट-हॅन्डला यायला पाहिजे? नाऊ सी केअरफुली. श्रीयाळचं प्रेत लेफ्ट हॅन्ड डोअरनं कसं बाहेर पडलं?'' अमरनं विचारलं आणि खत्री आ वासून त्याच्या तोंडाकडे पाहत राहिला.

''सर...आता मला समजलं की तुम्ही बॅरिस्टर, आणि मी इन्स्पेक्टर, असं का? हा पॉईन्ट माझ्या कधीच लक्षात आला नसता.''

''खत्री, या बदलाचा अर्थ तुमच्या लक्षात येतोय् का?''

''देअर वॉज समवन बिहाइन्ड द कर्टन.''

''करेक्ट, श्रीयाळ गाडी चालवत नव्हता. गाडी कोणीतरी दुसरा माणूस चालवत होता. श्रीयाळ त्याच्या शेजारी बसला होता.''

''मग तो माणूस कुठाय?''

''दॅट'स् द पॉईन्ट!'' जर कार चालवणारा मनुष्य श्रीयाळ ऐवजी दुसराच कोणी तरी असेल तर आसपासच्या परिसरात कुठे तरी त्याचं प्रेत सापडायलाच हवं. आपण सर्व परिसर विंचरून काढला. आपल्याला माणूस आढळला नाही.''

''तो दरीत उडाला...नो-नो. सॉरी. तो खडकावरच आपटायला हवा होता, नाही का?''

''पण तो खडकावर आपटलेला नाही. ह्याचा अर्थ तो जिवंत होता. इम्पाला जाणून-बुजून खडकावर आपटण्यात आलीय.''

''प्रश्न इतकाच आहे, ह्या स्पीडला त्यानं उडी कशी मारली असेल?''

''उडी या स्पीडला मारलेली नाहीच!''

''म्हणजे?''

''खत्री, कारमागे दिसणारा हा रस्त्याचा स्लोप पाहिला? समजा, या

स्लोपवर कार येताच मी हॅन्डलचा अँगल बदलून कारमधून उडी घेतली. काय होईल? स्लोपचा फायदा मिळेल की नाही स्पीडला? साधी गोष्ट आहे, मागच्या रस्त्यावर टायर्स घासल्याच्या खुणा मिळाल्यायत् का?''

''नाही.''

''या स्पीडला माणूस बाहेर उडी मारणं शक्य नाही.'' आत राहिला तर जिवंत राहणंही शक्य नाही. ब्रेकस् मारलेले नाहीत. ह्याचाच अर्थ कार चालवणाऱ्या माणसानं स्लोपच्या टॉप पॉइन्टलाच कारमधून उडी मारलेली आहे.''

इ. खत्री शून्यात पाहत विचार करत होता. हा बॅरिस्टर नसता उपटला मधेच तर हे प्रकरण अपघात म्हणून फाईल करता आलं असतं. आता फार गुंतागुंत होत बसणार होती.

''खत्री, फिंगर प्रिन्टसचे रिपोर्टस् काय?''

''कारच्या ड्रायव्हिंग व्हीलवर बऱ्याच जणांच्या हातांचे ठसे आहेत. श्रीयाळचे पण आहेत, पण त्यात नवल नाही. श्रीयाळ फॅमिली फार मोठी आहे. इम्पाला तशी कोणीही वापरत होतं. त्यांची बायको, दोन पोरं, एक पोरगी, श्रीयाळचे दोन भाऊ...कोणीही इम्पाला वापरायचं.''

''आणि स्वत: श्रीयाळ?''

''त्यांची स्वत:ची सनबीम आहे.''

''ज्या रात्री इम्पालाचा ॲक्सिडन्ट झाला, त्या रात्री...''

''इम्पाला चोरीला गेली होती! माझ्याकडे त्याच दिवशी रात्री अकरा वाजता तक्रार नोंदवली गेली होती.''

''कोणी नोंदवली होती?''

''मिस् माधुरी श्रीयाळनं. तिच्या तक्रारीनुसार कारचं वर्णन आणि नंबर पोलिसांना देऊन मी त्यांना शोधायला पाठवलं होतं. पैकी एकाला इम्पाला याच अवस्थेत दिसली आणि त्यानं धावत येऊन मला बातमी सांगताच मी ताबडतोब ग्रुप घेऊन घटनास्थळी पोचलो.''

''खत्री, मला खंडाळ्याची विशेष माहिती नाही आणि श्रीयाळ फॅमिलीची त्याहून नाही. पण मला श्रीयाळ फॅमिलीची संपूर्ण माहिती हवी आहे. त्यांचे मित्र-मैत्रिणी, त्यांचे नातेवाईक, त्यांचे शत्रू......आणि सर्वात महत्त्वाची

माहिती......मि. श्रीयाळच्या मृत्यूपासून कोणाचा सर्वात जास्त फायदा होता!''

"येस, मि. विश्वास. एका दिवसात ही माहिती मिळवता येईल मला.''

"देन,स्टार्ट'' अमर म्हणाला आणि खत्री उठला. त्यानं फाईल्स गोळा करून सूटकेसमधे भरल्या.

"खत्री, सूटकेस ठेवून जा!'' शांतपणे अमर म्हणाला. तो खत्रीच्या रिॲक्शन्स पाहत होता.

त्याला खरं म्हणजे मनाजोगी व्हिस्की मिळाली नव्हती. पण खंडाळ्याचं धुंद वातावरण. ढगाळ-ढगाळ कुंद हवा. सकाळपासून पावसाची चाललेली रिपरिप. मोहन-मिकीन्सची कुठली तरी सामान्य व्हिस्कीही छान वाटत होती त्याला. त्यात अशा वातावरणात, डोक्याला काही बॉदरेशन्स नसताना ऑन दि रॉकस् घ्यायची व्हिस्की. नुसत्या आईस-क्यूब्जस् बरोबर. सुरुवाती-सुरुवातीला जीभेला लागणारी कडवट चव पुढे-पुढे डायल्यूशन होईल तसतशी टेस्टी बनत जाते. पहिला ग्लास संपे-संपेपर्यंत मेंदूवर व्हिस्कीचा तवंग पसरलेला असतो. मात्र गटागटा प्यायलीत तर ओकलातच समजा, एक सिप दोन तास तरी घेत बसण्याइतका मुबलक वेळ हवा.

पोर्च समोरच्या लॉनवर त्याच्या बसण्याची खास व्यवस्था करण्यात आली होती. लांबलचक यू-फोमची ईझी चेअर टाकलेली होती. त्यात अमर आरामात पाय पसरून बसला होता. शेजारच्या टी-पॉयवर त्याचं ड्रिंक होतं आणि टी-पॉयला ॲटॅचड् ट्रे वर त्याच्या करता मटण सूप आणि एग्ज् फ्रायची व्यवस्था करण्यात आली होती.

व्हिस्की घेता-घेता सूप ट्राय केलंयत कधी? घेऊन पहा. व्हिस्कीचा अंमल फार तरंगत-तरंगत चढतो मनावर.

डोक्यावरच्या मोठ्या पेराच्या छत्रीवर पावसाचे तुडुक-तुडुक थेंब पडत होते. चारी दिशांना पाऊस. पायाखालच्या लॉनवर पाणी. आरामात व्हिस्की सिप् करत होता तो. छत्रीच्या भोवती गळणाऱ्या पागोळ्यांशिवाय कसलाही विचार नव्हता त्याच्या मनात. बॉम्बेला फोन करून कोर्टाची तारीख त्यानं पुढच्या आठवड्यातली घेतली होती, त्यामुळे तीही चिंता नव्हती त्याला.

लाईटरच्या फरफरणाऱ्या ज्योतीभोवती हाताच्या पंजाचं कडं करून त्यानं प्लेअर्स सिगार शिलगावला आणि पहिला झुरका छातीत भरून घेताच अगदी समाधी लागली त्याची. पण हे इतकं सुंदर वातावरण एन्जॉय करणं फार वेळ नशिबात नव्हतं त्याच्या. ट्रेवरचा मिनी-टेलिफोन किणकिणला अन् हातातला ग्लास खाली ठेवत त्यानं फोन उचलला.

"हॅलो, अमर विश्वास स्पीकिंग."

"एक्सक्यूज मी, सर. आय डो'न्ट इन्टेन्ड टु डिस्टर्ब युवर प्लीझन्ट इव्हिनिंग, बट देअर इज अ कॉल फॉर यू. विल् यू, प्लीज, कम टु द काउन्टर टु अॅटेन्ड इट?"

"डॅम इट!....जस्ट, होल्ड ऑन" वैतागून अमर पुटपुटला आणि त्यानं रिसीव्हर क्रेडलवर आपटला. त्याची संध्याकाळ खराब करणाऱ्या फोनचा त्याला भयंकर राग आला होता. पावसाचे थेंब अंगावर घेत तो काऊन्टरला आला. रिसेप्शनिस्टनं खूण करताच त्यानं फोन उचलला.

"हॅलो, मी अमर विश्वास बोलतोय."

"हॅलो...मी इन्स्पेक्टर गिरीश खत्री बोलतोय सर."

"येऽस?...एनी डेव्हलपमेन्ट?"

"नो टॉक! मी लोणावळ्याच्या पब्लिक बूथमधून बोलतोय. माझ्या आजुबाजूला आत्ता किमान सात-आठ गुंड वावरतायत. मला मदतीची गरज आहे."

"ते पाठलाग करतायत्?"

"होय. त्याबद्दल मी खात्री करून घेतलीय. आज सकाळी तुमच्या इथून बाहेर पडल्यापासून माझ्या पाठलागावर आहेत ते."

"पण अजून हटकलेलं नाही?"

"नाही. कोल्ड चेस. नुसते मागे-मागे येतायत्. पण इतका वेळ ते लपून पाठलाग करत होते. आता उघड-उघड पाठलाग करायला लागलेत. जवळ-जवळ यायला लागलेत. मला होल्ड अप् करण्याचा विचार दिसतोय् त्यांचा."

"खत्री, तुम्ही ज्या बूथ मधून बोलताय्, तो बूथ कुठेशी आहे?"

"लोणावळा एस. टी. स्टॅन्ड!"

"ओपन आहे तो तर. बूथ कुठाय्?"

"स्टॅन्डच्या कॉर्नरला 'आऊट'च्या डोअरपाशी बूथ आहे."

"जवळपास निवांत हॉटेल?......त्यांना हालचाल करता येईल असं?"

"मॉटेल प्रिन्स. हाय वे वरच आहे."

"ऑल राईट. तुम्ही प्रिन्सला या. निवांत जागी बसून राहा. मी तिथे येईपर्यंत तुम्ही काहीही हालचाल करू नका."

"ओ के,सर. प्लीज, हरी-अप्."

"आय ॲम ऑन द वे." अमर म्हणाला आणि त्यानं फोन डिसकनेक्ट केला. सवयीनुसार रिसेप्शनिस्ट त्याचं बोलणं ऐकत होता. अमर त्याच्याकडे वळला.

"येस सर?"

"मला कांचीची कार हवी. ॲव्हेलेबल आहे?"

"कांचीची...कांचीची नाही सर. पण तुम्हाला आवश्यकता असेल तर मी तुम्हाला मॅनेजर साहेबांची पिकनिक मिळवून देऊ शकतो."

"चालेल. मी ड्रेस चेंज करून बाहेर येईपर्यंत कार पोर्चमधे उभी हवी!"

"येस सर." तो म्हणाला आणि लांब-लांब ढांग टाकत अमर सूटकडे गेला. पाच मिनिटात तो बाहेर आला तेव्हा पोर्चमधे एक पिवळी धमक कार उभी होती.

"किती वेळ लागेल साधारण?"

"सांगता येत नाही."

"नेव्हर माईन्ड. म्हणजे त्याप्रमाणे मला मॅनेजर साहेबांची सोय करावी लागेल, म्हणून विचारलं." अमरच्या हातात कारच्या चाव्यांचा बंच देत रिसेप्शनिस्ट म्हणाला.

"पेट्रोल आहे ना?"

"भरपूर आहे. आणि गरज पडलीच तर लोणावळ्यापासून खोपोली पर्यंतच्या कोणत्याही पेट्रोलपंपावर पेट्रोल भरून घ्या. पिकनिक-फोर सगळेजण ओळखतात. कांचीच्या अकाऊन्टला ती अमाउन्ट डेबीटला पडेल."

"थँक यू." अमर म्हणाला आणि एक यू टर्न मारून त्यानं कारला स्पीड दिला. कार पण कार होती. आधीच त्याचा मूड मस्त. त्यात हातात आलेली कार एक्सलन्ट. मिनिटात हाय वे ला लागला तो.

एकेक ट्रक, आणि प्रायव्हेट कार्स पार करत भन्नाट वेगात त्याची पिकनिक लोणावळ्याच्या दिशेनं चालली होती. नजर दोन्ही साईडस्वरून फिरत होती. मॉटेल प्रिन्सला शोधत होती.

खंडाळ्याचा विरळ-विरळ वस्ती मागे पडली. मधे एक गॅप. पुन्हा वस्ती सुरू झाली. विरळ-विरळपणे झाडीतून बंगले डोकवायला लागले. लोणावळ्याची वस्ती सुरू झाली होती.

'मॉटेल प्रिन्सकडे' डाव्या हाताच्या पाटीकडे त्याचं लक्ष गेलं आणि त्यानं पिकनिक डाव्या हाताच्या छोट्या झाडीमधल्या रस्त्याला वळवली. जेमतेम पन्नास फुटांवर मॉटेलची देखणी इमारत उभी होती. बाहेर चिडीचूप शांतता होती. मॉटेलचे व्यवहार आत सुरळीतपणे चाललेले असावेत. पार्किंगला चार-पाच कार्स उभ्या होत्या. त्यांच्या जवळच अमरनं कार पार्क केली. सावधपणे दिशा न्याहाळत तो कारमधून बाहेर पडला.

दरवाज्यावरच्या माणसानं त्याच्याकरता आदबीनं दरवाजा उघडला. आणि आत शिरताच त्याला वातावरणातली ऊब जाणवली. चार कोपऱ्यात चार फायर प्लेसेस मेन्टेन केलेल्या होत्या. हॉल भव्य नव्हता. पण इन्टेरिअरच्या सजावटीकडे मात्र आर्टिस्टिक आयची देखरेख असावी. एकूण रंगसंगती, कोचेस मांडण्याची पद्धत, काऊन्टर कुठे असावं, बार कुठे असावा...फार काटेकोरपणे पाहण्यात आलं होतं सगळं. बाहेरचा दगड जरी आत आणून ठेवायचा म्हटला तरी आर्टिस्टनं तो अशा जागी ॲडजस्ट केला असता की त्यानं मॉटेलच्या हॉलचं सौंदर्य वाढलं असतं.

बेहद खूष होता अमर इन्टेरिअरवर. त्याची निळी नजर हॉलवरून फिरली. दोन पार्शी जोडपी, एका कॉर्नरला एक मिलिटरी ड्रेसमधला ऑफिसर, मधल्या कोचावर एक युरोपियन म्हातारा...गर्दी संपली.

इ. खत्री कुठे गेला?

खत्रीचाही पत्ता नव्हता आणि त्याचा पाठलाग करणारी माणसंही

दिसत नव्हती. गोंधळात पडून अमरनं हॉलवरून नजर फिरवली आणि तो काहीतरी शोधतोय् हे लक्षात येताच मॉटेलची रिसेप्शनिस्ट त्याच्याजवळ आली.

"एनी थिंग, आय कॅन डु फा'यू,स'?" तिनं गोड आवाजात विचारलं.

"आय वॉन्ट इन्फर्मेशन."

"तुम्ही...तुम्ही डिपार्टमेन्टपैकी आहात?" पुसटपणे रंगवलेल्या पापण्यांची उघडझाप करत तिनं विचारलं.

"नाही. पण मी डिपार्टमेन्टच्या एका माणसाची चौकशी करण्याकरता इथे आलोय."

"ओह! आम्ही डिपार्टमेन्टची माणसं लपवत नाही." हसून ती म्हणाली.

"मी तसा आरोप केलेला नाही. माझ्या मित्रानं मला फोन करून ताबडतोब मॉटेल प्रिन्सला यायला सांगितलं होतं. पण इथे आत्ता तो दिसत नाही."

"पण माझ्या माहितीप्रमाणे हॉलमधे बसलेली ही माणसं दोन तास इथे आहेत. त्यात नवीन कोणी ॲड झालेलं नाही, आणि कोणी उठून गेलेलं नाही."

"इ. गिरीश खत्री इकडे आलेच नाहीत?"

"माय गॉड!" डोळे मोठ्ठाले करत ती म्हणाली,"सैतानाला शोधताय तुम्ही ! तुमचा मित्र आहे तो?"

"होय."

"खतरनाक माणूस! गेली चार वर्षे लोणावळ्यापासून खोपोलीपर्यंतची हवा तंग करून ठेवली आहे त्यानं! बदमाश लोक रस्त्यात शिंक देताना सुद्धा टरकतात! आमचं मॉटेल सभ्य आहे. तरी सुद्धा चार वर्षात आठ वेळा झडती घेतली त्यानं. अर्थात अशी माणसं टिकत नाहीत. ही इज गोईंग टु रिझाईन!"

"व्हॉट?" अमरला ही माहिती नवीन होती.

"येस. कोणीतरी त्याला मस्त ट्रॅप केला असावा. उगाच नाही रिटायर होणार तो. या मन्थ एन्डपर्यंतच सर्व्हीसमधे आहे तो. एक तारखेपासून

त्याला कुत्रंसुद्धा घाबरणार नाही.''

खत्री एक तारखेपासून पोलीस खात्यातून रिटायर होत होता. मग ही केस सॉल्व्ह करून प्रमोशन्स मिळवण्याच्या गोष्टी का करत होता तो?

खत्रीला गाठणं अत्यंत आवश्यक होतं.

''तो इथे आला तर त्याला काही निरोप ठेवणार आहात का?''

''त्याला म्हणावं, बॅ. अमर विश्वास येऊन गेले. तुला कांचीला बोलावलंय'' त्यानं निरोप सांगितला आणि कौतुकानं तिचे डोळे लकाकले.

''तुम्ही बॅ. अमर विश्वास?...यू आर टू यंग!'' ती आश्चर्यानं म्हणाली अन् तिला तसंच आश्चर्यात सोडून अमर बाहेर पडला.

कुठे जावं? मोठा प्रश्न होता. इ. खत्री ठरल्याप्रमाणे मॉटेल प्रिन्सला आला नव्हता. त्याच्या जिवाला काही धोका असेल तर त्याला शोधून काढल्याशिवाय अमरला चैन पडणार नव्हतं, आणि त्याला कुठे शोधावं ते त्याच्या लक्षात येत नव्हतं.

या विभागात पसरलेली गुंडगिरी अमरला माहीत होती. इ. खत्री जर त्यांच्या मार्गातली धोंड असेल तर त्याचा काटा काढायला इथले गुंड मागे पुढे पाहणार नव्हते. लोणावळ्यापासून खोपोलीपर्यंतचा बराचसा भाग असा होता की त्याचा खून करून प्रेत कुठेतरी फेकून दिलं तर कित्येक वर्षांनी सांगाडाच मिळाला असता. दरीत फेकलं तर तोही मिळण्याची शक्यता नव्हती!

अशा परिस्थितीत कसा शोध घ्यावा त्याचा?

विचार करत-करत तो हाय वे पर्यंत आला. आता डिसीझन घ्यायलाच हवा होता. आयदर टु द लेफ्ट, ऑर राईट!

शेवटी त्यानं उजव्या हाताला पिकनिक वळवली आणि त्याला एक पोरगा दिसला. त्याच्या दिशेनं हात करत धावत येत होता तो. अमरनं त्याच्याजवळ कार थांबवली.

''साहेब, कांचीच्या तांडेल साहेबांची कार आहे ही. त्यांच्या कारमधे जो बसला असेल त्याला ही चिठ्ठी द्यायला सांगितलीय मला.'' खिडकीतून ओला हात आत सारत तो म्हणाला. त्याच्या हातातलं पाकिटही भिजलं होतं.

''कोणी दिली?'' पाकीट फोडत अमरनं विचारलं.

"ते नाही माहीत साहेब. पण चिठ्ठी देणारा माणूस खूप लांब नाकवाला होता. त्याच्या नाकाखाली एवढ्याशा मिशा होत्या." हिटलर कटमिशीची खूण करत पोरगं म्हणालं.

"ठीक आहे, जा तू." अमर म्हणाला अन् त्यानं पाकीट फोडलं.

"मि. अमर विश्वास, यू कॅन प्रूव्ह नथिंग! नाऊ विल यू, प्लीज, क्वीट धिस एरिया?...ऑर...स्ट्रेट वे, यू विल् बी मर्डरड्!"

अमरनं हसून चिठ्ठी खिशात ठेवली. चिठ्ठीचा अर्थ सरळ होता. हा जो कोणी चिठ्ठी लिहिणारा होता, त्यानं खत्रीला ताब्यात घेतलं होतं. म्हणूनच तो रुबाबात लिहीत होता की तुम्ही काहीही सिद्ध करू शकत नाही.

पण ही चिठ्ठी लिहून त्यानं श्रीयाळचा खून झालाय् का तो अपघातात मेलाय्, या विषयीचा गोंधळ मिटवला होता. श्रीयाळचा सरळ सरळ खून झाला होता.

अमर हात धुवून या प्रकरणाच्या मागे लागणार होता.

त्यानं कार गीअरमधे टाकली. त्याची कार भन्नाट वेगात पळत कांचीला आली. रिसेप्शनिस्टच्या ताब्यात कारच्या चाव्या देऊन त्यानं त्याचे आभार मानले.

"सर, तुमच्याकडे इ. खत्री येऊन गेले." रिसेप्शनिस्ट म्हणाला आणि अमर त्याच्या तोंडाकडे पाहतच राहिला.

"आर यू शुअर?"

"डॅम शुअर. मी खत्रींना चांगलं ओळखतो. तुमची वाट बघत पंधरा मिनिटं तुमच्या सूटमधे थांबले होते ते!"

"एनी मेसेज?"

"काही नाही. जाताना न सांगताच गेले."

कोड्यात पडल्यासारखा विचार करत अमर सूटपाशी आला. त्याने सूटचा दरवाजा उघडला. आत जाताच भराभर दिवे लावून त्यानं सूटवरून नजर फिरवली. टेबलावर एक चिठ्ठी पडली होती. त्यात निळ्या बॉलपेननं एक उभी रेघ काढली होती. भोवती लाल बॉलपेनचे गोल होते.

काय म्हणायचं होतं त्याला कोणास ठाऊक! अमरनं बराच वेळ

डोकं खाजवलं आणि शेवटी त्यानं चिठ्ठी फाडून वेस्ट पेपर बास्केटमधे टाकून दिली.

डोकं शिणवण्यापेक्षा श्रीयाळच्या मर्डर-केसचे पेपर्स पाहणं जास्त चांगलं होतं. फिंगर प्रिन्टस् आणि फोटोंचा अभ्यास केला तर आणखी काही सुचण्यासारखं होतं.

त्यानं बेडरूममधे जाऊन भिंतीतलं कपाट उघडलं आणि तो सुन्न झाल्यासारखा कप्प्यात पाहत राहिला.

सूटकेस गायब होती! सूटकेसच्या जागी तीन माकडांचा पुतळा होता.

ना सुन बुरा...ना देख बुरा...ना बोल बुरा! !

❖❖❖

तीन

डोळ्यात जाऊ पाहणारा सिगारेटचा धूर हातांनी बाजूला सारत तो बंगल्याच्या मेनगेटमधून आतमधे शिरला. हिरवळ तुडवत पोर्चच्या पायऱ्या चढून दरवाज्याबाहेर थांबला. एकदा बेल दाबून शांतपणे कोणीतरी दार उघडण्याची वाट पाहत उभा राहिला. त्याची नजर मात्र बंगल्याची रचना, डाव्या हाताचं गॅरेज, उजव्या हाताच्या नोकरांच्या खोल्या आणि इतर परिसरावरनं फिरत होती.

"येस?...कोण पाहिजे आपल्याला?" कोणीतरी मलूल आवाजात प्रश्न केला आणि त्यानं दरवाजाच्या दिशेनं पाहिलं. दरवाजाच्या सेफ्टीचेनशी चाळा करत एक तरुणी फटीतून त्याच्याकडे पाहत होती.

"मि. श्रीयाळांचं घर हेच ना?"

"होय. तुम्हाला कोणाला भेटायचंय्?"

"मला आत यायचंय्."

तिच्या कपाळावर एक सूक्ष्म आठी चमकली. थोडासा विचार करून तिनं दरवाजाची सेफ्टी-चेन काढली. समोरचा मनुष्य सभ्य आहे असं तिच्या मनानं ठरवलं असावं.

तो तिच्या मागोमाग आत आला. आतलं वातावरण रेफ्रिजरेटरमधे कोंबलं होतं जणू. चैतन्य नव्हतंच कुठे. तिनं दाखवलेल्या सोफ्यावर तो बसला.

"माझं नाव अमर विश्वास, मी..."

"थांबा. तुम्ही पोलिस डिपार्टमेन्टचे आहात का?" तिनं त्याच्याकडे रोखून पाहत विचारलं.

"नाही. मी डिपार्टमेन्टचा माणूस नाही, प्रेस-रिपोर्टर नाही."

"मग तुमचं काय काम आहे?"

"मी माझ्या मित्राकरता पर्सनली इन्व्हेस्टीगेशन करतोय."

"कोण तुमचा मित्र?"

"इ. गिरीश खत्री."

तिनं एकदा चमकून त्याच्याकडे पाहिलं. क्षणात तिच्या डोळ्यात वादळं चमकून गेली.

"खत्रींनी तुम्हाला श्रीयाळांच्या केसमधे लक्ष घालण्याची विनंती केली?"

"होय."

"तर मग मी काय सांगते ऐका. इ. गिरीश खत्री हा अत्यंत मूर्ख मनुष्य आहे. डॅडींना त्या रात्री जो अपघात झाला, त्यात कोणाचाही हात नाही. डॅडी स्वत: सगळ्याला जबाबदार आहेत."

"असं खात्रीपूर्वक सांगू शकता तुम्ही?"

"होय. कारण त्या रात्री डॅडी टेरिफिक प्यायले होते. मुंबईच्या एका स्मॉल-स्केल इन्डस्ट्रीला त्यांनी दोन लाखांचा फायनान्स केला होता. कंपनीच्या प्रॉडक्टला अल्जेरियात मागणी आली होती. मागणीनुसार माल तयार झाला आणि अल्जेरियाच्या कस्टमकडून नकाराचं पत्र आलं. त्यामुळे डॅडींचे दोन लाख उगाच गुंतून पडले होते."

"दोन लाखांसाठी श्रीयाळ इतके अस्वस्थ झाले होते?"

"का होणार नाहीत? माणूस श्रीमंत असला की गेलेल्या पैशांबद्दल त्याला काहीच वाटत नाही, असं तुम्ही मानता का?"

"मला तसं नाही म्हणायचं. पण त्यांचे पैसे अडकले होते; बुडाले नव्हते. मग अगदी ऑफ होण्याएवढं पिण्याचं कारण काय?"

"डॅडींना संशय आला की कंपनीनं त्यांना फसवलं असावं. मुळात अस्तित्वातच नसलेल्या अल्जेरियन कंपनीचा खोटा पत्रव्यवहार तयार करून त्यांना गंडवण्यात आलं असावं. ते जर खरं असेल तर पैसे बुडाल्यातच

जमा होते. शिवाय आपण फसलो गेलो ही जाणीव त्रासदायक होती त्यांना.''

"ठीक आहे. पुढे काय झालं? खूप प्यायले ते.''

"आणि थेट मुंबईला जायला निघाले! अशा अवस्थेत तुम्ही मुंबईला जाऊ नका असं मी त्यांना बजावून-बजावून सांगत होते. पण ऐकलं नाही त्यांनी.''

"घरातल्या इतर माणसांनी कसं जाऊ दिलं?''

"घरात दिसतंय का कोणी? तीन आठवडे झाले. डॅडी, मी, आणि आमचा इस्टेट मॅनेजर-असे तिघंच आहोत. इतर सगळे सिमल्याला गेलेत. त्यांना तार मिळालीय. येण्याच्या वाटेवर असतील ते.''

"त्या रात्री श्रीयाळ स्वत: कारमधून जाऊ शकले? का कोणी बरोबर होतं?''

"कोणी बरोबर असतं तर अपघात झालाच नसता. मी त्यांना येते म्हणून म्हटलं होतं. पण नको म्हणाले. एकटेच गेले.''

"एकट्यांनीच कॅडिलॅक हॅन्डल केली?''

"होय. मी फक्त गॅरेज आणि मेन गेटचं दार उघडून दिलं होतं.''

"मिस माधुरी श्रीयाळ, डॅडींनी कार नेली असताना पोलीस स्टेशनवर कार चोरीला गेल्याची तक्रार कशी नोंदवली गेली?''

"व्हू फूल सेड इट?''

"तुम्ही तक्रार नोंदवलेली नाही?''

"अजिबात नाही.''

अमर पार चक्रावून गेला होता. खत्री तर म्हणतो, तक्रार नोंदवली होती. माधुरी म्हणते, तक्रार नोंदवलीच नव्हती.

"मि. विश्वास, कोणी सांगितलं तुम्हाला, तक्रार नोंदवलीय म्हणून?''

"इ. खत्रीनं.''

"खत्री?'' आ वासत तिनं विचारलं.

"विचार नका करू. कोणीतरी खोटी तक्रार नोंदवली असेल.''

"शक्यताय्.''

"म्हणूनच मी म्हणतो की श्रीयाळांचा अपघात म्हणजे खून आहे!''

"हाऊ कम्स्?''

“ज्या रात्री श्रीयाळांना ॲक्सिडन्ट झाला, त्याच रात्री, त्याच्या आधी पोलीस चौकीत तक्रार नोंदवली गेलीय्. त्यांना अपघात होणार आहे हे कोणाला, आणि कसं समजलं? मिस् श्रीयाळ, ह्याचा अर्थ सरळ आहे. श्रीयाळांनी कसं मरावं ते आधीच कोणीतरी ठरवून ठेवलं होतं.”

“आहे...नो! माझा विश्वास नाही बसत. डॅडी इतके सोशल होते की पुण्या-मुंबईपर्यंत त्यांचं नाव माहीत झालं होतं. कित्येक अनाथाश्रमांना त्यांनी देणग्या दिल्या होत्या. आज पुढे आलेले कित्येक उद्योगधंदे त्यांच्या मदतीशिवाय सुरूच होऊ शकले नसते. असं असताना त्यांचा खून कोण करेल?”

“तुमचा दृष्टीकोन बरोबर आहे. पण त्यांचं सोशल लाईफ झालं हे. प्रायव्हेट लाईफबद्दल काय?” अमरनं विचारलं आणि तिनं खाली मान घातली.

“ते फारसं समाधानी नाही, मि. विश्वास. मम्मीचं त्यांच्याकडे कधीच लक्ष नसतं. ती कायम तिच्या महिला मंडळाच्या बीअरच्या पार्ट्यांमधे रमलेली असते. आमचे तिन्ही बंधूराज बडे बापे के बेटे असल्यामुळे चित्रपटात हीरो जशी छेड काढतात, तशी छेड काढत मुलींच्या मागे हिंडत असतात. त्यांचं आणि डॅडींचं कधीच पटलं नाही. आमचे दोन्ही अंकल दिवसभर झोपा काढतात, आणि रात्री क्लबवर रमी खेळत बसतात.”

“ॲन्ड व्हॉट अबाऊट यू?”

“मी एकटीच त्यांच्या मनाप्रमाणे वागत होते.”

“नॅचरली, त्यांचं तुझ्यावर सर्वात जास्त प्रेम असणार, नाही?”

“होय.”

“मृत्यूपत्रात इस्टेट कोणाच्या नावे केलीय् त्यांनी?” तिच्याकडे रोखून पाहत अमरनं विचारलं आणि उत्तर देण्याकरता उघडलेलं तोंड मिटून ती त्याचं निरीक्षण करत राहिली.

“व्हॉट डु यू वॉन्ट टु प्रूव्ह?”

“नथिंग. मी फक्त इन्फर्मेशन कलेक्ट करतोय्.”

“देन, गेट आऊट! यापुढे मला तुमच्या एकाही प्रश्नाचं उत्तर द्यायचं

नाही. तुम्हाला जे काही विचारायचं असेल ते आमच्या वकिलाला विचारा.''

"कोण आहेत तुमचे वकील?'

"मि. देव.''

"प्लीज, त्यांना फोन करून बोलावून घ्या. ते तुमचे सॉलिसीटर पण असतील ना?''

"नाही. पण मृत्यूपत्राबद्दल त्यांना डिटेलड् माहिती आहे. त्यांनीच तयार केलंय् ते.''

"मग बोलवता का?''

काही न बोलता गंभीर चेहऱ्यानं ती उठली. तिनं डायल फिरवली.

"हॅलो, गुड मॉर्निंग. मला देवांशी बोलायचंय्...अं?...देव? गुड मॉर्निंग. मि. देव, इथे एक तरुण आला आहे. तो मृत्यूपत्रासंबंधी चौकशी करतोय्...नाही-नाही, मी त्याला काहीच सांगितलेलं नाही. त्याला काय सांगायचं ते तुम्हीच पहा...येतोय? ऑल-राईट.'' तिनं फोन बंद करून अमरकडे पाहिलं.

"मि. विश्वास, तुम्हाला पंधरा मिनिटं वेळ असेल तर बसा जरा. देव वकील लोणावळ्याला राहातात. पोचायला त्यांना पंधरा मिनिटं लागतील.''

"हरकत नाही, बसतो मी.''

तिनं त्याच्यासमोर पाच-सात वर्तमानपत्रं आणि दोन-तीन चित्रपट विषयाला वाहिलेली मासिकं टाकली. ती आत निघून गेली. अमर हसला. देव वकिलच काय, त्यांचा बापही त्याच्यासमोर आर्ग्युमेन्ट करणार नव्हता.

पंधरा मिनिटं मासिकं चाळण्यात सहज गेली त्याची, आणि मेन गेट मधून एक कार आत शिरल्याचा आवाज झाला. माधुरी बाहेर आली. तिनं एकदा अमरकडे पाहिलं आणि पुढे होऊन दरवाजा उघडला.

"गुड मॉर्निंग बेबी.''

"गुड मॉर्निंग. आम्ही तुमचीच वाट पहात होतो.''

"असं ना? हॉ-हॉ-हॉ-हॉ'' अगदी खोटेपणानं हसत तिच्या बरोबरचा मनुष्य म्हणाला आणि तिच्या मागोमाग आत आला. त्यानं एकदा अमरकडे पाहिलं.

"आपणच मि. देव काय?"

"होय." एक भुवई उंचावून देव म्हणाले.

"तुमच्या क्लायन्टला मी काही माहिती विचारत होतो..."

"तसं तुम्ही विचारू शकत नाही! तिचा वकील हजर नसेल तर ती उत्तर देणार नाही, आणि तुम्हीही सक्ती करू शकत नाही."

"सॉरी, माझा त्यात काही हेतू नव्हता." हसू दाबत अमर म्हणाला.

"हं. काय विचारायचंय् तुम्हाला ऽऽ? झटपट विचारा."

"मी मिस् श्रीयाळना विचारत होतो, की मृत्यूपत्रात श्रीयाळांनी इस्टेटीची विभागणी कशी केली आहे?"

"श्रीयाळांचे तुम्ही कोण?"

"कोणीच नाही."

"तर मग तुम्ही कशाला चौकशा करताय? समजा, माधुरीच्या नावावर असेल सगळी इस्टेट, तर लग्नाचं प्रपोजल मांडणार आहात का?"

"तसंही नाही. इ.खत्रींचा मित्र म्हणून मी पर्सनली, इनव्हेस्टीगेशन्स करतोय."

"ह्याचा अर्थ तुम्ही प्राव्हेट डिटेक्टीव्ह आहात. तुमच्या कोणत्याच प्रश्नाचं उत्तर द्यायला बांधील नाही ती."

"तुमचं म्हणणं योग्य आहे. पण मी उत्तर द्याच असा फोर्सही केलेला नाही. त्यांची इच्छा असेल, आणि डॅडींचा खून उघडकीला यावा असं त्यांना वाटत असेल तर त्यांनी मला माहिती द्यावी, अशीच नम्र विनंती आहे माझी."

"ठीक आहे, तिला डॅडींचा खुनी डिटेक्ट व्हावा असं वाटत नाही!...पुढे?"

"पुढे काहीच नाही. माझा मार्ग मला मोकळा आहे. तुमचा तुम्हाला!"

"काय मार्ग स्वीकारायचा तुम्हाला तो स्वीकारा. देव वकिलांशी बोलताय् तुम्ही, एवढं लक्षात ठेवा. घरात घुसून एकट्या अनोळखी मुलीला दमबाजी केल्याच्या आरोपावरून आत अडकवून ठेवीन!"

"मि. देव," गंभीर होत अमर म्हणाला,"तुमच्यात जर खरंच तेवढे गटस् असतील तर तुम्ही मला एका सेकंदाकरता आत अडकवून दाखवा!"

“असं?......तमाशा पाह्याचाय् तुम्हाला?” देवांनी विचारलं आणि रुबाबात टेलिफोन उचलला. पोलीस चौकीचा नंबर फिरवला.

“काय नाव तुमचं?”

“बॅ. अमर विश्वास.”

“बॅ. अमर विश्वास? हं.” ते म्हणाले अन् अचानक नावाचं महत्त्व त्यांच्या लक्षात आलं. मान लचकण्याइतकी जोरात हिसडून त्यांनी अमरकडे पाहिलं.

“काय नाव म्हणालात?”

“बॅरिस्टर अमर विश्वास.”

क्षणात देवांचा आवेश ओसरला. त्यांनी मलूलपणे फोन खाली ठेवला.

“बोला, देव वकील, काय धमकी देता आणखीन?” हसत अमरनं विचारलं आणि त्यांचा चेहरा गोरामोरा झाला.

“आय ॲम सॉरी, बॅ. अमर विश्वास. मी तुमचं नाव विचारायचं विसरून गेलो होतो. जर आधी नाव विचारलं असतं तर सगळाच घोटाळा टळला असता. काय झालंय, गेले दोन-तीन दिवस रोज सकाळ-संध्याकाळ कोणी ना कोणी मि. श्रीयाळांच्या अपघाताची चौकशी करायला येतंय्. रिपोर्टर्सनी तर भंडावून सोडलंय. म्हणून मी जरा दमात घेतलं. कृपा करून मनावर घेऊ नका. केवळ हिची मनस्थिती जपण्याचा उद्देश होता माझा.”

“आय टू अन्डरस्टॅन्ड द इमोशनल फॅक्टर्स. इट’स् ऑल राईट.” हसून अमर म्हणाला.“निदान आता तरी तुम्ही मला को-ऑपरेशन द्याल असं गृहीत धरतो मी.”

“अगदी. तुम्ही काहीही विचारा. फक्त माझ्या क्लायन्टला इनक्रिमिनेट करणारं उत्तर असेल तर मी ते देणं नाकारीन. अर्थात यू विल् नॉट आस्क मी सच अ क्वेश्चन. धंद्यातली नीती जाणता तुम्ही.”

“ही कोर्टरूम नाही देवसाहेब. इथे कोणाला इनक्रिमिनेट करायला पहात नाही. आपला उद्देश फक्त माहितीच्या आधारे श्रीयाळ साहेबांच्या खुन्यापर्यंत पोहचण्याचा आहे.”

“तुम्हाला खरंच त्यांचा खून झाला असं वाटतं?”

“वुइथ एव्हरी रीझन, आय कॅन प्रूव्ह इट. फक्त खुनी शोधायचाय् मला.”

“तर मग प्रकरण गंभीर आहे. विचारा तुम्हाला काय विचारायचं ते.”

“श्रीयाळांनी मृत्यूपत्र तयार केलं होतं का?”

“होतं.”

“केव्हा?”

“अॅज यू थिंक...आठ दिवसांपूर्वी!”

“इस्टेटीचं डिस्ट्रीब्यूशन?...इक्वल?”

“नो! पार्शल मोनापॉली!”

“एकालाच जास्त इस्टेट दिलीय्?”

“होय. तीन भावांना मालकीच्या जंगलातली झाडं वन्-थर्डमधे वाटून दिलीयृत. इनिशिअल कॅपिटल म्हणून त्यांना फक्त तीन-तीन लाख रुपये दिलेत.”

“बायकोला?”

“त्यांच्या नावानं सर्व शेअर्सच्या ट्रॅन्झॅक्शन्स ट्रान्सफर केल्यायृत. त्यांना त्यापासून पर अॅनम् दहा हजार मिळतील.”

“आणि श्रीयाळांचे दोन का तीन भाऊ आहेत, त्यांचं काय?”

“त्यांना लोणावळ्यातलं हॉटेल सन-पॉइन्ट पार्टनरशिपमधे दिलंय्.”

“मग माधुरीला काय उरलं?”

“कोल्ड कॅश!...त्रेसष्ट लाख!!” थंडपणे देव म्हणाले आणि अमर त्यांच्या तोंडाकडे पाहताच राहिला.

“ऑल टॅक्सेस पेड?”

“ऑल टॅक्सेस पेड?” त्याच्याकडे पहात देव म्हणाले,“बॅ. विश्वास, तुमच्या मनात काय चाललंय् ते मी आत्ता सांगू शकतो. माधुरीचा मृत्यूपत्रात सर्वात जास्त इन्टरेस्ट होता. डॅडींच्या मृत्यूनं सर्वात जास्त फायदा माधुरीचा होणार होता.”

“नो!...” ताडकन् उठून उभी राहात माधुरी किंचाळली. “इफ यू आर ट्राइंग टु प्रूव्ह...”

“माधुरी, तू आत जा!” करारी स्वरात देव म्हणाले, तसं चडफडत अमरकडे पहात ती आत निघून गेली. श्रीयाळ कंपनीवर देवांचा चांगलाच

होल्ड असावा.

"तर...हं. सर्वात जास्त फायदा माधुरीचा होणार होता. पण त्याकरता डॅडींचा खून करण्याची तिला आवश्यकता नव्हती. तिला ते पैसे ऑलरेडी, त्यांच्या मृत्यूपूर्वीच मिळाले आहेत."

"म्हणजे?"

"श्रीयाळांचं मृत्यूपत्र ज्या दिवशी केलं, त्याच दिवसापासून इफेक्टमधे येणार होतं. शी नोज इट. ऑन द कॉन्ट्ररी, आपल्याला दुसऱ्या बाजूनं विचार करावा लागेल. मृत्यूपत्र तयार केलं गेलंय् हे तिच्याखेरीज इतर कोणालाच माहिती नाही!"

"पण तो विचार मनातून काढावा लागेल तुम्हाला. घरातले इतर सर्वजण सिमल्यात जाऊन तीन आठवडे झालेत."

"तुम्ही इस्टेट मॅनेजर शाम बहलला विसरताय्."

"म्हणजे?...इज ही फ्रॉम श्रीयाळ फॅमिली?"

"यू नो नथिंग!" गूढपणे हसत देव म्हणाले,"आत्ताची श्रीयाळांची पत्नी ही त्यांची लग्नाची पत्नी असली तरी त्यांची खरी पत्नी मिस् देविका बहल होती. देविका ही शामची आई. शाम नंतर तिला आणखी एक मुलगी झाली होती. पण त्या बाळंतपणात ती आणि मुलगी दोघी गेल्या. त्या वेळी शाम पाच वर्षांचा होता.

"शाम बहल हा श्रीयाळांचा मुलगा आहे हे सगळ्यांना माहीत आहे इथे. इव्हन् घरात त्या गोष्टीचा उच्चार होत नसला तरी घरातले सगळे ते जाणून आहेत. त्यांनी शामला मिलीटरी स्कूलला घातलं, त्याच्या करिअर करता अफाट पैसा खर्च केला. तो हायर सेकन्डरी पास झाल्यानंतर त्याला ते वाट्टेल त्या विंगला अॅडमिशन देऊ शकले असते. पण त्याला शिकायचं नव्हतं. त्याला स्वत:चा काहीतरी बिझनेस सुरू करायचा होता. श्रीयाळांचा त्याला विरोध होता. ते स्वत: एम्. एस्सी. होते. शामनं देखील शिकून अक्कल आल्यावर धंद्यात पडावं असं त्यांचं मत होतं. श्रीयाळ आडनाव लावणारी दोन पोरं बदफैली निघाली होती. माधुरी कितीही शिकली तरी ते परक्याचं धन होतं. शाम जवळ डोकं होतं, कॉलेजचं शिक्षण घेण्याची

त्याची बौद्धिक कुवत होती. निदान त्यानं तरी शिकावं असं त्यांना वाटत होतं.''

''शेवटी शाम पळून गेला. सरळ बॉम्बेला पायलट विंगला जॉईन झाला. बेस्ट करिअर निवडलं होतं पोरानं. पण ते श्रीयाळांच्या इच्छेविरुद्ध निवडलं होतं. त्यांनी त्याचं नावच टाकलं.''

''दहा वर्षांनी त्याचा बॉन्ड संपला आणि शामनं घरी परत यायचं ठरवलं. पण त्याचा मानी स्वभाव त्याला परत येऊ देईना. बाय चान्स त्याच सुमाराला बॉम्बे टाईम्सला इस्टेट मॅनेजर पाहिजे म्हणून श्रीयाळ अॅन्ड कंपनीची जाहिरात होती. शामनं मुद्दाम अर्ज केला आणि त्याचा अर्ज पाहिल्यावर श्रीयाळांना जखमेवर मीठ चोळल्यासारखं वाटलं. तो जर व्यवस्थित परत आला असता तर त्यांनी शामला हाकलून दिलं नसतं. त्यांचा सल्ला न मानता तो पायलट विंगला गेला म्हणून जरी त्यावेळी ते चिडले असले, तरी त्यांचा राग ताबडतोब निवळला होता. ते सगळ्यांजवळ कौतुकानं त्याचा उल्लेख करत असत.

''पण त्याचा ॲप्लिकेशन आला आणि मग मात्र ते तडकले. त्यांनी अगदी थंडपणे त्याची अपॉईन्टमेन्ट करून टाकली. दरमहा आठशे रुपये पगार ठरला.

''पळून गेलेला मुलगा दहा वर्षांनी घरात आला तो इस्टेट मॅनेजर म्हणून!

''त्यानंतर श्रीयाळांनी त्याच्याशी कायम मालक आणि नोकर असंच नातं ठेवलं. कधी चुकूनदेखील त्याला मुलगा मानलं नाही. त्याला कधी घरच्या पार्ट्यांमधे बोलावलं नाही, कधी पिकनिकला नेलं नाही, इव्हन इस्टेट मॅनेजरकरता जो थ्री-रुम्स्चा फ्लॅट बांधलाय, तिथेच राहात होता तो.

''त्याला जर इस्टेटीच्या हिश्श्याची अपेक्षा असेल तर...''

''जस्ट अ मिनीट, मि. देव. तुम्ही शामचं जे कॅरॅक्टर डोळ्यांपुढे उभं केलंत, तसाच तो असेल तर इस्टेटीचे विचार त्याच्या मनात डोकावण्याची मला यत्किंचितही शक्यता वाटत नाही.''

''माणसाच्या मनाचा भरोसा देता येत नाही विश्वास. तो जेव्हा घरातून

पळून गेला तेव्हा श्रीयाळांची जी इस्टेट होती, ती दहा वर्षांत टेन टाइम्स् वाढलीय्. त्याला मोह होणारच नाही असं कसं म्हणता येईल?''

''आणि चान्सेस बघा ना! लोणावळ्याचं हॉटेल सध्या एका पंजाब्यानं कॉन्ट्रॅक्टवर घेतलंय. तिकडे पहायला जाण्याचा प्रश्न नाही. श्रीयाळ विशेष करून मुंबईला जात नव्हते. पावसाळी सीझन असल्यामुळे जंगलात देखरेखीशिवाय काम नाही.

''एकमेकांच्या सहवासात तिघंच. मि. दयाळ, माधुरी, आणि शाम, पैकी माुधरी खून का करणार नाही ते मी व्यवस्थित स्पष्ट केलंय. हं, शाम खून का करेल ते मात्र मी नीट पटवून देऊ शकलेलो नाही. धिस इज इमोशनल टच. त्याला इस्टेट न मिळाल्यामुळे तो सूडबुद्धीनं पेटला असेल आणि त्यानं खून केला असेल! हे पटवणं कठीण आहे.''

''ती गोष्ट पटवून देण्याकरता सर्वात पहिल्यांदा खून झालाय हा बेस पक्का केला पहिजे. नंतर खून कसा झाला, कुठे झाला, त्या वेळी शाम तिथे हजर होता, त्याच्याशिवाय दुसऱ्या कोणाला संधी नव्हती हे सिद्ध केलं पाहिजे. आणि सर्वात शेवटी संधीचा फायदा घेऊन शामनं खून केला हे सप्रमाण, सकारण सिद्ध करायला पाहिजे.''

''बाय द वे, विश्वास, श्रीयाळांना अपघात झालेला नसून तो खून आहे असं तुम्हाला वाटण्यासारखं काही आढळलं का?''

''येस, मि. देव. श्रीयाळ अपघातात मेले नसून त्यांचा खून करण्यात आला आहे हे मी याही क्षणी सिद्ध करू शकलो असतो. पण काही अपरिहार्य कारणामुळे मी फक्त इतकंच सांगू शकतो की तो खून आहे. आणि मुंबईला निघण्यापूर्वी मी खुनी माणसाला पोलिसांच्या ताब्यात देऊन जाणार आहे.''

''आय सीऽ'' विचारमग्न चेहऱ्यानं देव म्हणाले,''विश्वास,अगदी फ्रँकली सांगा, तुम्हाला माधुरीचा संशय येतोय?''

''मला तुमचासुद्धा संशय येतोय!'' अचानक अमर म्हणाला आणि देव गपकन् उभे राहिले. त्यांनी बोलण्याकरता तोंड उघडलं होते, पण त्यांच्या तोंडून एक शब्दही बाहेर पडत नव्हता. त्यांच्या ॲक्शन पाहूनच

अमरला हसू फुटलं होतं.

“डो’न्ट वरी, मि. देव. मला इतकंच सांगायचं होतं की जोपर्यंत खुनी हातात सापडत नाही तोपर्यंत आपण सर्वांकडेच संशयानं पाहिलं पाहिजे.”

“आहे...येस-येस...हॉ-हॉ-हॉ-हॉ!” उरावरचं दडपण दूर झाल्यासारखे देव जोरजोरात हसत म्हणाले.

“तुमचा शाम बहल भेटू शकेल का आत्ता?”

“बघू या.” उठत देव म्हणाले. अमर त्यांच्या मागोमाग बाहेर आला.

“लूक!...दॅट’स् द चॅप!” अचानक थांबून देव म्हणाले आणि त्यांनी बोट दाखवलेल्या दिशेनं अमरनं पाहिलं.

छोट्याशा बंगली-वजा घराच्या व्हरांड्यात कठड्याला टेकून एक तरुण उभा होता. देवांचा आवाज ऐकू आला असावा त्याला. त्यानं मान वळवून मागे पाहिलं आणि अमर सावधपणे त्यच्याकडे पहात राहिला.

दिसायला छान, उंचापुरा होता तो. त्याच्या चेहऱ्यावरचं लांबलचक नाक आणि हिटलर-कट मिशा मात्र त्याच्या चेहऱ्याचा रुबाब घालवत होत्या. उगाचच बावळट वाटत होता तो!

❖❖❖

चार

"मि. विश्वास, तुम्ही बॅरिस्टर मुंबईत! हा खंडाळा आहे. काय बोलायचं ते स्पष्टपणे बोला. आडून-आडून आरोप करायचा प्रयत्न केलात तर बत्तिशी आऊट करून टाकीन!"

आवडला, त्याचा स्पष्टवक्तेपणा आवडला अमरला. आत-बाहेर नाही; छक्के-पंजे नाहीत. आपली बत्तिशी आऊट करणं त्याच्या खानदानालाही शक्य नाही हे अमर जाणून होता. पण त्याचा तडफदार चिडखोरपणा त्याच्यावरच्या पायलट विंगच्या संस्कारांची कल्पना देण्यासारखा होता.

अमरनं पाहिलं. देव वकील कपाळावरचा घाम टिपत उभे होते. राहून-राहून त्यांचं लक्ष भिंतीवर टांगलेल्या बंदुकीकडे जात होतं आणि अमरबरोबर त्या लंबूच्या बंगलीत शिरल्याचा त्यांना पश्चात्ताप होत होता. त्यानं खिडकीतून फेकून दिलं तरी दरी होती मागे.

"अं...एक्सक्यूज मी, मला एक अॅपॉईन्टमेन्ट आहे. मी जाऊ का?" त्यांनी जरा चाचरत विचारलं.

"तुम्हाला मी थांबा म्हटलंच नाही! ह्यांचं माझ्याशी काम आहे; तुमचं नाही. यू कॅन गो." शाम बहल म्हणाला आणि देवांचा चेहरा खाडकन् पडला. झक मारली अन् आलो असं झालं त्यांना.

पडत्या फळाची आज्ञा घेऊन ते तडक बाहेर पडले. अमरला गुड-बाय् करण्याचंही भान नव्हतं त्यांना.

"स्काउन्ड्रल साला!" देवांच्या पाठमोऱ्या आकृतीकडे पहात शाम

पुटपुटला,"देवाशप्पथ विश्वास, मी डॅडींचा खून केलेला नाही, पण संधी मिळाली तर ह्या वकिलाचा तरी जरूर करीन!"

"का?"

"पैसा पैसा करून मरेल एक दिवस तर प्रेत उचलायला एक माणूस नाही येणार! शे-दोनशे करता खऱ्याचं खोटं अन् खोट्याचं खरं करतो साला." सात्विक संताप व्यक्त करत तो म्हणाला.

"शाम, आपण मुद्द्यावर येऊ." पुन्हा मूळ विषयावर येत अमरनं विचारलं,"काल रात्री हायवेला मला जी चिठ्ठी मिळाली, ती तू दिली नव्हतीस?"

"व्हाट अ स्टुपिड क्वेश्चन! मला काय गरज पडली?"

"मग त्या पोरानं तुझं वर्णन कसं केलं?"

"त्यात काय अवघड आहे? उद्या मी एखादी चिठ्ठी लिहून एखाद्या पोराजवळ दिली आणि त्याच्या हातात दहा रुपयांची नोट कोंबली तर ती चिठ्ठी पोलिसांना देऊन तो नाही का सांगणार निळ्या डोळेवाल्यानं दिली म्हणून!"

त्याचा युक्तिवाद अगदी बरोबर होता. शामला गुंतवण्याकरता कोणी तरी मुद्दाम तसं केलं असेल तर?

"शाम, तुला मी एक खूण दाखवतो. बघ, तिचा अर्थ तुला कळतो का!" अमर म्हणाला आणि त्यानं कोटाच्या वरच्या पॉकेटमधून निळं आणि लाल बॉलपेन काढलं. एका कागदावर निळ्या शाईची रेघ काढून तिच्या भोवती लाल बॉलपेननं शून्य काढली. त्याच्यासमोर कागद धरला. त्यानं बारकाईनं कागद पाहिला. चुरगाळून बास्केटमधे फेकून दिला.

"काय बाळवटपणा आहे?"

"असाच मेसेज इ. खत्रीनं मला माझ्या सूटमधे ठेवला होता."

"या मेसेजला काही विशिष्ट अर्थ असेल तर तो फक्त खत्रीलाच सांगता येईल."

"तेच तर दुर्दैवं आहे. हा मेसेज त्यानं लिहून ठेवल्यापासून गायब आहे तो."

"म्हणजे?...खत्री पळून गेलाय्?" त्यानं विचारलं. "अर्थात केव्हा तरी ते होणारच होतं. इथल्या सगळ्या गुंडांना त्यानं सळो की पळो करून सोडलं होतं. केव्हा ना केव्हा पळून जाणं भागच होतं त्याला."

अमर विचार करत होता. शाम बहलवर पूर्ण विश्वास टाकता येत नव्हता, तरी त्याच्या हातून खून होईलसं वाटतं नव्हतं. आणि माधुरीला तर खून करायचं कारण नव्हतं. प्रोफेशनल जेंलसीतून खून झाला म्हणावं तर तीही शक्यता दिसत नव्हती.

"विश्वास, तुम्ही माझ्यावर विश्वास ठेवून मला सगळं नीट सांगितलंत तर डॅडींचा खुनी शोधून काढायला मी तुम्हाला मदत करीन." शाम म्हणाला आणि अमर त्याला आजमावत उभा राहिला.

जुगार खेळायला हरकत नव्हती. इथला चांगला माहीतगार होता तो. मदत होऊ शकली असती त्याची. आणि त्याचा खुनात हात असेलच तर अमरच्या सान्निध्यात तो असणं चांगलं होतं. कोणाशीतरी कॉन्टॅक्ट करताना, एखादी मूव्ह घेताना तो चुकीची हालचाल करणं शक्य होतं.

"शाम, तुझ्यापासून काही लपवून ठेवावंसं नाही वाटत मला." त्याला विश्वासात घेत अमर म्हणाला, "तुझ्या डॅडींचा खुनी शोधण्याकरता तुझ्याइतकी मदत कोणाचीच होणार नाही मला."

"तर मग माझा पहिला प्रश्न. डॅडींचा खून झाला आहे असं तुम्हाला का वाटतं?" त्याचा प्रश्न रोख ठोक होता. डायरेक्ट मेथड होती.

"खूप कारणं आहेत शाम. इ. खत्रीनं माझ्याकडे केसची फाईल दिली होती. खरं म्हणजे रेकॉर्डस् अशी त्रयस्थ व्यक्तीला दाखवता येत नाहीत. कोणाच्या घरी नेणं तर अजिबात कायद्याला धरून नाही. पण तरीही इ. खत्रीनं फुल रेकॉर्ड माझ्या सूटमधे आणलं होतं. मला त्याचा स्टडी करता यावा म्हणून माझ्या सूटमधेच ठेवलं होतं.

"फोटोग्राफर, फिंगर प्रिन्ट रिपोर्टस, पोस्ट-मार्टेम...या सर्वांचा आधार घेऊन मी काही निष्कर्षापर्यंत पोचलो होतो. त्यांचा खून झाला असं मला का वाटतं ते मी तुला अगदी सकारण सांगणार आहे. पण त्यापूर्वी मला काही माहिती हवी आहे. म्हणजे मी तुला आणखी क्लीअर पिक्चर देऊ शकेन."

"बोला. विश्वास, माझ्या मागच्या चिडण्यावर जाऊ नका. माझ्यावर कोणीही आरोप केले तरी असाच चिडतो मी. पण त्यावरून मी कोऑपरेशन देणार नाही असं नका समजू तुम्ही."

"ज्या रात्री श्रीयाळांचा खून झाला, त्या रात्री तू इथेच होतास?"

"हो. मी श्रीयाळ फॅमिलीत कधीच मिक्स होत नाही. बापानं कमावलेल्या संपत्तीचा माज आहे सगळ्यांना. ते सगळे सिमल्याला गेले. मी मात्र इथेच होतो."

"श्रीयाळांच्या मनस्थितीत काही अस्वस्थपणा वगैरे जाणवला होता?"

"कसा जाणवेल? डॅडी इथे नव्हतेच!"

"म्हणजे?"

"काही बिझनेस डीलकरता बेंगलोरला गेले होते ते. आठ दिवसांपूर्वी म्हणे त्यांनी घाईघाईनं मृत्यूपत्र केलं आणि त्याच्या दुसऱ्या दिवशीच बेंगलोरला गेले ते."

"परत केव्हा आले?"

"मला समजलंच नाही. एकदम त्यांचा अपघात झाल्याचीच बातमी आली माझ्या कानावर."

"म्हणजे त्यांना जातानाही तू पाहिलं नव्हतंस आणि परत आलेलंही पाहिलं नव्हतंस?"

"नव्हतं."

"त्या रात्री इम्पाला कोणी बाहेर काढली माहितीय् तुला?"

"रात्री दोन-अडीचच्या सुमाराला गॅरेजचं शटर उघडण्याचा आवाज ऐकला होता मी. पण आमच्याकडे दिवस आणि रात्री असा भेदच नसतो. त्यामुळे मला फारसं आश्चर्य नाही वाटलं. माधुरीचे मित्र रात्री-अपरात्रीपर्यंत तिच्याशी गप्पा मारत बसतात. केव्हाही जातात, केव्हाही येतात. मला वाटलं तीच कोणा मित्राला घरी सोडायला निघाली असावी. म्हणून उठून पाहण्याचे कष्टच घेतले नाहीत मी."

"आता ऐक शाम. माधुरीच्या जबानीप्रमाणे श्रीयाळ त्या रात्री खूप प्यायले होते. ती नको-नको म्हणत असताना एकटेच मुंबईला जायला निघाले ते."

"एकटे?...डॅडींना ड्रायव्हिंग येत नाही!...फॉर युवर इन्फर्मेशन!"

श्रीयाळ फॅमिलीचं एक खास वैशिष्ट्य अमरला सतत जाणवत होतं. अगदी इनोसन्ट चेहरा करून बोलत लोक. पण कोण खरं बोलतंय् आणि कोण खोटं बोलतंय्, ते त्यालासुद्धा समजत नव्हतं. प्रत्येकजण दुसऱ्याला क्रॉस होणारी माहिती देत होता आणि अमरचा मात्र गोंधळ वाढत होता.

शाम खरं बोलत असेल तर माधुरी निखालसपणे खोटं बोलली होती. त्यांना ड्रायव्हिंग येत नसेल तर त्यांच्याबरोबर कोणीतरी असायलाच हवं होतं!

"मग अपघात झाला तिथे एका ऐवजी दोन प्रेतं मिळायला हवीत."

"नक्कीच हवीत. पण ज्याअर्थी दुसरं प्रेत मिळालेलं नाही, त्या अर्थी अपघात घडण्यापूर्वी दुसरा मनुष्य पळून गेलाय." शाम म्हणाला, "विश्वास, आता माझा अंदाज सांगतो मी. डॅडींचा खून झाला असावा हा अंदाज मीही एक्झॅक्टली, तुमच्याच विचारसरणीत बांधला होता. ज्या जागी अपघात झालाय, त्या जागेचा स्टडी केला तर तुमच्या लक्षात येईल, की घाटातल्या उताराचा फायदा घेऊन, इंजिन बंद करून अपघात घडवणं सहज शक्य आहे. स्लोपची तीन वळणं इंजिन बंदच ठेवायचं. फक्त ब्रेक्सवर स्पीड कन्ट्रोल करायचा. तिसऱ्या स्लोपच्या सुरुवातीला चाकांची दिशा बदलून बाहेर उडी घ्यायची...फिनिश!"

"तुझा अंदाज अगदी बरोबर आहे. प्रश्न एकच उरतो शाम अशावेळी श्रीयाळांनी बाहेर उडी का घेऊ नये? किंवा व्हील फिरवून अपघात टाळण्याचा प्रयत्न का करू नये!"

"माय गॉडऽऽड!"

"या प्रश्नाचं एकच उत्तर देता येईल. एक तर ते आधीच बेशुद्ध असले पाहिजेत. किंवा...मेलेले असले पाहिजेत!

"आणि शाम, माझ्या अंदाजाप्रमाणे, मला पहिल्यापेक्षा दुसरी शक्यताच जास्त वाटते. कारण पोस्टमार्टेम रिपोर्टमधे डॉक्टरांनी असं म्हटलंय्, की त्यांच्या शरीरावरच्या जखमा पाहिल्या तर त्यांच्या शरीरातून जेवढा रक्तस्राव व्हायला पाहिजे त्या प्रमाणात रक्त वाहिलेलं नाही!"

"यामुळे फार तर त्यांच्या अंगात रक्त कमी होतं असं सिद्ध होईल!"

"चुकतोयस शाम. रक्तस्राव कमी होण्याचं आणखी एक कारण असतं. माणूस मेला की त्याच्या रक्तपेशी हळू-हळू मरून जातात. रक्तातलं चैतन्य नाहीसं होतं. रक्ताला एक प्रकारचा चिकट घट्टपणा येतो. अशावेळी रक्त फोर्सनं बाहेर पडत नाही!"

"इट मिन्स, धिस इज प्यूअर मर्डर."

“होय. पी.एम. रिपोर्टप्रमाणे श्रीयाळांना मरण येऊन सहा तास झाले होते. म्हणजेच त्यांच्या मृत्यूची वेळ संध्याकाळी ७ ते ११ च्या दरम्यानची आहे केव्हाचीतरी. पण त्या मानानं त्यांचं टेम्परेचर बिलो द रेग्यूलर होतं. सहा तासांपूर्वी मेलेल्या माणसाचं जे टेम्परेचर असायला हवं, त्यापेक्षा कित्येक पटींनी कमी होतं ते.

“आणि सर्वात महत्त्वाची गोष्ट म्हणजे श्रीयाळांच्या हातांचे ठसे ड्राइव्हिंग व्हीलवर सापडले, पण त्यांच्या बुटांचे पुसटसे ठसे फक्त ड्रायव्हरच्या शेजारच्या फ्रन्ट सीट समोरच्या रबरी कार्पेटवर होते. त्यांनी जर व्हील फिरवून प्राण वाचवायचे प्रयत्न केले असते तर ते ड्राइव्हिंग सीटकडे सरकलेले असायला हवे होते. ब्रेकवर त्यांच्या पायांमधल्या बुटांचे ठसे मिळायला हवे होते.”

“यातूनच आणखी एक मुद्दा निघतो, जर ते ड्राइव्हिंग सीटवर असते, तर अगदी निश्चितपणे ते उजव्या डोअरनं बाहेर फेकले जायला हवे होते. त्यांचं प्रेत उजव्या बाजूच्या खडकांच्या आसपास मिळायला हवं होतं. कार राईट-हॅन्ड ड्राइव्ह, राईट-टर्न घेतलेली. डाव्या बाजूच्या दरवाजानं बाहेर उडालेच नसते ते! आणि तसे ते उडाले असं गृहीत धरलं तरी त्यांना अडायला जागा नव्हती. स्ट्रेट वे दरीत गेले असते ते. अर्धवट जळकं प्रेत कारच्या दारात मिळालं नसतं!”

“ऑल-राईट, विश्वास. खून झालाय् हे तर उघड-उघड पटण्यासारखं आहे. खून कोणी केला असावा ते लक्षात येतंय् का तुमच्या?”

“तोच विचार करतोय मी. टु बी फ्रँक इनफ, खून करायची संधी आणि कारण फक्त तुला होतं! आणि केवळ संधीचा विचार केला तर माधुरीला जास्त संधी होती.”

“श्रीयाळ बेंगलोरला गेलेच नाहीत असं गृहीत धरलं तर?”

“तर त्यांचा खून आठ दिवसांपूर्वीच झालाय्. पण आठ दिवसात प्रेत कुजून घरात सगळीकडे प्रेताचा वास सुटला असता. प्रेत इतकं टवटवीत राहिलंच नसतं. हात लावला तरी प्रेताचे तुकडे पडायला हवे होते.”

“मग विचारांचा मार्ग खुंटतो!”

"तो पुन्हा सुरू होऊ द्यायचा असेल तर एकच उपाय आहे शाम. मला तुमच्या डॅडींची बेडरूम आणि ऑफिसची रूम चेक करू देत.''

"माधुरी तसं करू देणार नाही.''

"तुझ्याजवळ किल्ल्या आहेत का?''

"माझ्याजवळ नाहीत; पण त्या कुठे असतात ते मला माहितीय्.''

"तुझ्याकडे फोन आहे?''

"आहे. काय करताय्?''

"एक फोन करू दे मला.'' अमर म्हणाला आणि त्याच्या पाठोपाठ त्याच्या बेडरूममधे गेला.

"डॅडींचा फोन नंबर सांग.''

"बंगल्यातला?''

"हं.''

"२२४.''

अमरनं नंबर्स फिरवले. रिसीव्हर कानाला लावला. ताबडतोब रिस्पॉन्स मिळाला त्याला.

"हॅलो, मी माधुरी श्रीयाळ बोलतीय्.''

"हॅलो. मॅडम, मी खोपोली पोलीस स्टेशनवरून इ. चौधरी बोलतोय्. आम्ही मि. श्रीयाळांचा खुनी म्हणून एक इसम पकडलाय्.''

"व्हॉट?......नो!''

"येस. तो म्हणतो माधुरीला बोलावून घ्या. ती आल्याशिवाय मी एक शब्दही बोलणार नाही!''

"काय नाव त्याचं?''

"काय अंदाज आहे तुमचा?''

"मि. देव?''

"इ. गिरीश खत्री का नसेल?''

"तो तुमच्या बापाला सापडणार नाही म्हणून!''

"लेट अस सी! तुम्ही ताबडतोब निघा.'' मंदपणे हसत अमर म्हणाला. केवळ घराची तलाशी घेण्याकरता त्यानं बनावट फोन केला होता.

पण...

त्याच्या विचारांना एक नवी दिशा मिळाली होती! आणि...तीच योग्य होती!

बेडरूमचं दार आवाज न करता खुललं आणि आतला कोंदटपणा अमरला ताबडतोब जाणवला. आठ-दहा दिवस तरी रूम बंद असावी. व्हेन्टीलेशनच्या अभावी गुदमरल्यासारखं वाटत होतं.

''थांब शाम, खिडकी उघडू नकोस. आणि कुठेही हात लावू नकोस.'' अमर म्हणाला आणि शाम थबकला.''बेटर वे, तू आत येऊ नकोस. बाहेरच लक्ष ठेव जरा. माधुरीला मी खोपोलीला पाठवलंय. किमान दोन तास येत नाही ती, तरीही जरा लक्ष ठेव.''

''यू आर राईट. उगाच रिस्क घ्यायला नको. मी सरळ माझ्या बंगलीच्या व्हरांड्यात थांबतो. जर कोणी आलं तर मेनगेटपाशीच दिसेल मला. आधी 'गुड आफ्टर नून' म्हणून ओरडीन आणि आलेल्या माणसाला पाच मिनिटं गेटपाशीच अडकवून ठेवीन. मात्र तेवढ्या वेळात तुम्ही इथे सगळं व्यवस्थित करून, कुलपं घालून बाहेर येऊन उभे राहा.''

''फाईन. पण तुझा आवाज येईल का माझ्यापर्यंत?''

''बहिरासुद्धा कानावर हात दाबेल!'' शाम म्हणाला आणि झपाझप पावलं उचलत निघून गेला. दरवाजा लोटून अमरनं बेडरूमवरून नजर फिरवली.

बेडरूममधे सामानाची गचडी नव्हती. पण होतं तेवढं सामान मात्र मूल्यवान होतं. रॅकमधली बरीचशी पुस्तकं कॅपिटॅलिझम आणि इंडियन इकॉनॉमीवरची होती. दुसऱ्या शोकेसमधे टागोरांची क्लासिकस, विवेकानंदांची वेदांत-मीमांसापासून थेट गुरुनाथ नाईकांच्या कादंबऱ्यांपर्यंतच्या पुस्तकांची सरमिसळ होती. वाचनाचा फार नाद असावा श्रीयाळांना.

अमर प्रत्येक पुस्तकाकडे अगदी बारकाईनं पहात होता. ज्या माणसाला वाचनाचा जबरदस्त नाद असतो, असा मनुष्य त्याच्या महत्त्वाच्या गोष्टी हमखास एखाद्या पुस्तकात ठेवतो. एकेका पुस्तकासमोरून तो पुढे जात होता. अन् एका पुस्तकापाशी थांबला तो. इतर पुस्तकं कशी नीटनेटकी ठेवलेली होती. हे पुस्तक घाई-घाईनं आत कोंबावं तसं कोंबलेलं होतं.

थोडंसं तिरपं बसलं होतं ते. अमरनं पुस्तक काढलं. पुस्तकाची पानं चाळायला सुरुवात केली, अन् पान नं.२१२-१३ मधे त्याला एक छोटासा कागद मिळाला. त्यावरचा मजकूर महत्त्वाचा नव्हता. पण अक्षर महत्त्वाचं होतं. ज्या गुमनाम माणसानं अमरला मुंबईला परत जाण्याची आज्ञा केली होती, त्याचं अक्षर होतं ते!

"कमिंग नेक्स्ट वीक." मजकूर खलास.

अमरनी कागदाचा तुकडा खिशात टाकला. पण आणखी काही मिळण्याची शक्यता फार कमी होती. त्यानं बेडरूमची वर-वर झडती घेतली. आणि तो श्रीयाळच्या ऑफीस-रूममधे आला.

सर्वात महत्त्वाचा म्हणजे पत्रव्यवहार. त्यानं पत्रव्यवहाराची चालू फाईल चाळली. बरोबर एका लेटरहेडपाशी अडला तो.

"एस्. एस्. अॅन्ड सन्स."

३, पाववाला स्ट्रीट, मुंबई.

डीलर्स इन इलेक्ट्रॉनिक्स अॅन्ड वेल्डिंग मटेरिअलस्.

लेटरहेडवर श्रीयाळच्या नावानं टाईप केलेलं पत्र होतं. त्यात मालाला परदेशी ऑर्डर मिळण्याची शक्यता व्यक्त करून इनिशिअल कॅपिटल म्हणून दोन लाख रुपयांची मागणी करण्यात आली होती.

हेच पत्र त्याला हवं होतं. त्यानं एम्. एस्. अॅन्ड सन्सच्या पत्रव्यवहाराचा बंचच्या बंच फाईमधून काढला आणि फाईल पुन्हा बरोबर ठेवून दिली.

दहा मिनिटात पूर्ण पत्रव्यवहार चाळून झाला. तीन महिन्यांपूर्वीच श्रीयाळनं त्यांना दिलेल्या दोन लांखांच्या डी.डी.ची रिसीटही मिळाली त्यात. संशय येण्यासारखं काहीच नव्हतं पत्रव्यवहारात. पण...

एक्झॅक्ट स्पॉट शोधून काढला पठ्ठ्यांनी! एस्. एस्. अॅन्ड सन्सनं एकच चूक केली नसती तर अमर फाईलमधला इतर करस्पॉन्डन्स चाळायला लागला असता.

एस.एस.नं माहिती-पत्रक छापून घेतलं होतं. आणि ते श्रीयाळला माहितीकरता पाठवलं होतं. त्यात लास्ट इयरचा दाखवलेला प्रॉफीट....या वर्षी एक्सपेक्टेड ऑर्डरस्, प्रॉफीटचं अॅझम्पशन....सगळं काही पटण्यासारखं

होतं. पण एक गोष्ट पटण्यासारखी नव्हती.

फॉरीनला माल निर्यात करू पहाणाऱ्या कंपनीचं माहितीपत्रक इतकं थर्ड-क्लास प्रिन्टेड? मुंबईची प्रेस सर्व्हीस इतकी भुक्कड आहे काय?

त्यानं फोर्थ कव्हरपेजचं प्रिन्टरचं नाव वाचलं आणि तो हसला.

'प्रिन्टेड ॲट सुपर स्टार प्रिन्टिंग प्रेस, लोनावला.'

त्यानं माहिती पत्रकासकट सगळा बंच कोटाच्या खिशात टाळला श्रीयाळसारख्या मुत्सद्दी माणसाच्या नजरेतूनही ही गोष्ट सुटावी याचं त्याला राहून-राहून नवल वाटत होतं.

ऑफिसमधे आता फारसं काही पाहण्यासारखं...

होतं!

पिवळ्या कार्पेटचा एकच स्पॉट कलर चेंज करून हसत होता!! त्या वरचा डाग लाल रंगाचा असावा. घाई-घाईनं पुसून काढण्यात आला होता तो. पण अस्पष्टपणे लक्षात येण्यासारखा होता.

काय झालं असावं ते क्षणात अमरच्या लक्षात आलं आणि त्यानं कार्पेट तपासायला सुरुवात केली.

सेम स्पॉटस्! टेबलामागच्या खुर्चीजवळ आणि खुर्चीच्या हातावर!

"ब्लड स्टेन्स!" तो पुटपुटला आणि त्यानं स्टेन्सचा मागोवा घ्यायला सुरुवात केली. एक ठिपका थेट ऑफिसच्या दारापाशीच मिळाला त्याला. तो काळजीपूर्वक पहात-पहात चालला होता. सगळा बंगला पालथा घातला, तेव्हा त्याला आणखी एक रक्ताचा वाळलेला ठिपका दिसला. हॉलच्या बाजूला खुलणाऱ्या दरवाजापाशीच होता तो.

हॉल! त्याचं शोधाचं क्षेत्र आता हॉलपुरतं मर्यादित झालं होतं. पण हॉलमधे पंधरा-वीस मिनिटं शोध घेऊन देखील त्याला काही सापडलं नव्हतं. कुठेही रक्ताचा डागदेखील नव्हता.

जस्ट ट्राय! भराभर चालत तो बाथरूममधे शिरला. बाथरूम अगदी ऐसपैस होती. पांढऱ्या शुभ्र टाईल्समधे स्वत:चं प्रतिबिंब देखील दिसत होतं त्याला. अशा टाईलवर डाग राहाणं शक्यच नसतं. थोडेसे चोळले तरी जातात ते. बाथरूमच्या वरच्या भागातल्या ॲटिककडे त्याचं लक्ष गेलं आणि

एक उडी मारून त्यानं काठ पकडला. हातांवर शरीर तोलत तो वर चढला. फटकन् डोकं आपटलं त्याचं. माळा फारच छोटा होता. जुन्या-पुराण्या चिंध्याबोळ्यांनी भरलेला होता. तिथल्या तिथे त्यानं चिंध्यांची उलथा-पालथ केली.

एक नाइट गाऊन!...कोरा करकरीत. फक्त...छातीच्या भागावर एक भोक! गाऊनवर रक्ताचे सुकलेले ओघळ!!

त्यानं गाऊन पुन्हा कपड्यांच्या ढिगाऱ्यात सारला. तो अलगद खाली उतरला. श्रीयाळांचा खून झाला होता, तो त्यांच्या ऑफिसमधे झाला होता.

कोणी केला?...केव्हा केला?...प्रेत कोणालाही संशय येऊ न देता कुठे लपवलं?

डोकं खाजवत तो बाथरुममधून बाहेर आला. त्यानं घड्याळावर नजर टाकली. माधुरीला घराबाहेर पडून दीड तास होऊन गेला होता. खोपोली पोलीस स्टेशनपर्यंत केव्हाच पोचली असणार ती. आणि कोणीतरी बेमालूम थाप मारून आपल्याला बंगल्यातून बाहेर काढलं हे तिच्या लक्षात आलं की दुप्पट वेगानं परत येणार!

पुन्हा एकदा बंगल्याला भेट देणार होता तो. त्यावेळी खत्रीचा ग्रुप असणार होता त्याच्या बरोबर आणि झडतीचं वॉरन्ट असणार होतं.

व्यवस्थित कुलपं लावून तो बाहेर आला आणि त्याचवेळी व्हरांड्यात उभा असलेला शाम जोरात ओरडला.

"गुड आफ्टर नून, माधुरी. इतक्या उन्हाची कुठे बाहेर गेली होतीस?"

थोडक्यात बचावला होता अमर. घराबाहेरच्या बागेत हिंडत होता तो.

माधुरीनं सनबीम गॅरेजला ठेवली आणि अमर अन् शामकडे रागारागानं पहात ती पोर्चच्या पायऱ्या चढून वर आली. बंगल्याचं कुलूप काढून आत शिरली. तिनं खाडकन् दरवाजा बंद केला.

"अमर...?"

"येस, श्रीयाळांचा खून झालेला आहे. त्यांना त्यांच्या ऑफिसात गोळी घालून ठार करण्यात आलं आहे!"

"व्हॉट?...खून झाला इतपत ठीक आहे. पण...पण त्यांचा खून गोळीनं होणं शक्य नाही."

"का? श्रीयाळांच्या छातीत गोळी घुसू शकत नाही?"

"फॉर युवर इन्फर्मेशन, श्रीयाळांच्या संपूर्ण इस्टेटीत फक्त एकच बंदूक आहे. आणि ती चोवीस तास माझ्या डोळ्यांसमोर असते. माझ्या ताब्यात आहे ती."

"श्रीयाळांच्या घरात एकच बंदूक आहे. पण लोणावळा-खंडाळा विभागात बंदूक असलेलं हे एकमेव घर नाही ना?"

"किमान दहा-वीस निघतील. पण तुम्ही ट्रेस कसा घेणार?"

"कसा ट्रेस घ्यायचा ते मला माहितीय्. तुला लोणावळ्याची संपूर्ण माहिती आहे ना?"

"पार जुन्या वस्तीपासून न्यू डेव्हलपमेन्टस्पर्यंत."

"सुपर स्टार प्रिन्टिंग प्रेस हे नाव वाचलंयस कुठं?"

"भांगर वाडीत आहे ह्या नावाचा एक प्रेस. मला वाटत, अहमद यासीन नावाच्या एका म्हाताऱ्याचा आहे तो."

"कसा काय चालतो?"

"माशा मारत बसलेला असतो दिवसभर."

"चल! आपल्याला त्या प्रेसच्या अहमद यासीनला भेटायचंय्."

"का? त्याचा श्रीयाळांच्या खुनाशी काही संबंध आहे का?"

"नाही. तो आपल्याला डॅडींच्या खुन्याचा पत्ता सांगणार आहे!"
गंभीरपणे अमर म्हणाला आणि शाम ताडकन् उठून उभा राहिला.

"कम ऑन!" स्लीपर्स फेकून शू-स्टॅन्डकडे धाव घेत तो ओरडला. अमर विचार करत होता...

शामचा उत्साह कृत्रिम वाटतोय् की काय...?

पाच

पोलीस हेड क्वार्टर समोर सेपिया कलरची सनबीम उभी राहिली आणि बाहेर रेंगाळणारे पोलीस उत्सुकतेनं सनबीममधून उतरणाऱ्या माणसांकडे पहायला लागले. सनबीम परिचित होती. उतरलेला पहिला माणूस ओळखीचा होता. त्याच्या मागोमाग बाहेर आलेला दुसरा हॅन्डसम तरुण मात्र अगदी नवा होता.

दोघंजण व्हरांड्यात आले. "मला प्रश्न विचारा" अशी मुद्रा धारण करून उभ्या असलेल्या पोलिसापाशी थांबले.

"रीजनल सुपरिन्टेन्डेन्ट ऑफ पोलीस, मि. भट्टड आहेत का?" त्यानं नेमकं त्या पोलिसांला विचारलं आणि तो खूष झाला. त्या पोलिसाला पाहूनच अमरला हसू येत होतं. 'व्हॉट'स् युवर नेम इज अनंत बाबर' होता तो!

"तुम्हाला भट्टड साहेबांना भेटायचंय का? तुम्हाला त्यांची अपॉईंटमेन्ट घ्यावी लागेल." त्या दिवशीसारखेच इंग्रजीचे लचके तोडत तो म्हणाला, "भट्टड साहेब बीझी असतात."

"मला माहितीय् अनंतराव," हसून अमर म्हणाला,"तुम्ही भट्टड साहेबांना माझं कार्ड द्या. ते कितीही 'बीझी' असले तरी गाठ घेतील."

"साहेब, तुम्हाला माझं नाव...हॉऽऽ त्या दिवशीचे ना तुम्ही? सरळ आत जा. भट्टड साहेब कोका कोला पीत बसलेत."

"मग 'बीझी' आहेत म्हणून कशाला सांगितलंस रे?"

"जाऊ द्या साहेब. तुमच्याकरता नाही ते. तुम्ही आपले आत जा."

लाजत तो म्हणाला आणि अमर आणि शाम बहल तडक आत शिरले.

भट्टड साहेबांच्या बुल-डॉग टाईप प्रचंड तोंडासमोर कोकाकोलाची बाटली अगदी दयनीय दिसत होती. नाक फेंदारून ते स्ट्रॉनं कोका-कोला ओढत होते.

"गुड मॉर्निंग सर, मे वुई कम इन?" अमरनं विचारलं आणि भट्टड साहेबांनी दचकून जोरात स्ट्रॉ मधली हवा शोषून घेतली. बाटलीत एक प्रचंड पोकळी. भट्टड साहेबांचे गाल टम्म फुगलेले. हळू-हळू कमी होत गाल ओरिजिनलवर आले अन् ते हसले.

"गुड मॉर्निंग. कम इन-कम इन" पटकन् कोका-कोलाची बाटली बाजूला सारत ते म्हणाले. अमर आणि शाम त्यांच्या समोरच्या खुर्चीत जाऊन बसले.

"तुमची बायको सुटली का बेलवर?" अमरकडे पाहून त्यांनी विचारलं.

"अं?" अमर त्यांच्या प्रश्नानं खरोखरच गोंधळात पडला होता.

"अहो, रखेली झाली म्हणून काय झालं, बायकोच एकप्रकारे."

"एक्सक्यूज मी" शेवटी अमर म्हणाला, "तुमचा काहीतरी गैरसमज होतोय्."

"आँ?...तुम्ही पुंडलीक नाही?" त्यांनी दचकून विचारलं.

"पुंडलीक?...मी पुंडलीकही नाही आणि श्रावण बाळही नाही. माझं नाव अमर विश्वास आहे."

"ते...कुत्रं हरवल्याची कंप्लेन्ट......"

"बॅरिस्टर अमर विश्वास. मुंबईला असतो मी."

"म्हणजे?—बेगडेवाडीला नसता?"

"नसतो! मुंबईत असल्यावर बेगडेवालीला कसा असेन मी?"

"हो, तेही खरंच म्हणा. काय नाव म्हणालात?"

"अमर विश्वास."

"आँ?" एकदम खुर्चीत ताठरत भट्टड म्हणाले, "मुंबईचे प्रसिद्ध बॅरिस्टर अमर विश्वास ते तुम्हीच का?"

"होय. तोच मी."

"वा! अहो, आधी का नाही सांगितलंत? वाऽऽ...अक्षम्य लाभ!" भट्टड जोरात म्हणाले अन् अमरला हसू आवरेना. आपल्या भेटीचा लाभ कोणाला अक्षम्य वाटू शकेल हे त्याच्या ध्यानी-मनीही नव्हतं.

"सुपरिन्टेन्डेन्ट साहेब, मी एका केसच्या इन्व्हेस्टीगेशनकरता मि. बहलकडे उतरलो आहे आणि त्याच संदर्भात तुमच्याकडे आलो आहे."

"हो का? वा वा. काय घेता तुम्ही? कोका-कोला चालेल?"

"चालेल."

"बाबर," त्यांनी टेबलावरची बेल न दाबता बाबरला हाक मारली आणि बाबर अशा थाटात आत आला- "बघा! माझ्याशिवाय साहेबाचं पान हालत नाही!"

"एस सर?"

"कोका-कोला चालेल ना?...नकोच, दोन चहा सांग अण्णाचे!" भट्टड म्हणाले आणि अण्णाचा चहा म्हटल्यावर अमरच्या डोळ्यांसमोर काळामिच्च, गुळचट चहा उभा राहिला.

"त्याचं काय आहे विश्वास, एखाद्याला खरंचंच चहा द्यायचा असला की मी म्हणतो 'अण्णा'चा चहा आण. आणि खोटं-खोटं म्हणायचं असेल तर म्हणतो 'नाना'चा चहा आण!

"ना ना म्हटलं की आमचा बाबर नुसताच हो म्हणून बाहेर जाऊन उभा राहातो. मी दर दोन-तीन मिनिटांनी त्याला चहाचं काय झालं म्हणून विचारतो; तो येतोय सांगत राहातो. शेवटी समोरचा मनुष्य कंटाळून निघून जातो! चहा घ्या म्हणून आग्रह केल्यासारखंही होतं अन्...हॅ-हॅ-हॅ-हॅ!"

"हॅ-हॅ-हॅ-हॅ! मी सेठ श्रीयाळच्या अपघाताची चौकशी करतोय्."

"श्रीयाळ? त्यांचा तर अपघात झाला."

"म्हणूनच त्याची चौकशी करतोय् मी. नसता झाला तर कशाला आलो असतो?" वैतागून अमरनं विचारलं.

"तेही खरंच म्हणा! अपघात कसा झाला ते हवंय् का तुम्हाला?"

"नाही. मला पी.एम. रिपोर्टस्, फिंगर प्रिन्टचे रिपोर्टस् आणि स्पॉटचे घेतलेले फोटोग्राफ्स् पहायचे आहेत. आहेत तुमच्या रेकॉर्डला?"

“असतील की. त्याचं काय आहे विश्वास, इ.खत्री हा आमचा अत्यंत विश्वासू मनुष्य होता. त्यामुळे त्यानं अपघात म्हटल्यावर आम्ही डिटेल्समधे न शिरता केस फाईल करून टाकलीय्.”

“खत्रींनी अपघाती मृत्यू असा शेरा कधी मारला?”

“रिलीव्ह होण्याच्या आदल्या दिवशी.”

“म्हणजे?...रिलीव्ह झाले ते?”

“झाल्यात जमा आहेत. एक तारखेपासून राजीनामा आहे त्यांचा. पण आता येत नाहीत ते. आम्हीही आग्रह करत नाही. ड्यूटीवर असताना अपार कष्ट घेतलेत त्या माणसानं.”

“ऑल राईट. श्रीयाळ केसची फाईल घ्यायला सांगा बरं.”

दहा मिनिटं तरी फायलिंग क्लार्क शोध घेत होता. शेवटी डबडबलेल्या चेहऱ्यानं तो केबीनमधे आला.

“साहेब...”

“नाही ना मिळाली फाईल?” गूढपणे हसत अमरनं विचारलं.

“नाही.” खाली मान घालून आवंढे गिळत क्लार्क म्हणाला.

“मिळणार नव्हतीच! भट्टड साहेब, श्रीयाळ केसची फाईल चोरीला गेलेली आहे! एव्हाना ती पार डिस्ट्रॉय करण्यात आलेली असेल.”

“हेड क्वॉर्टरमधून फाईलची चोरी?” अस्वस्थ होत भट्टडनी विचारलं.

“होय. कारण श्रीयाळांना अपघात झालेला नसून श्रीयाळांचा हेतुपुरस्पर खून करण्यात आलेला आहे!”

“व्हॉट? आमचा खत्री अपघात म्हणतो आणि तुम्ही खून म्हणून चॅलेंज करता?” त्यांनी नाक फेंदारून विचारलं.

“येस, मी चॅलेंज देतो!”

“कशाच्या जिवावर?”

“विचार करून उत्तर द्या मि. भट्टड, पोलीस रेकॉर्डची नेमकी श्रीयाळची केस-फाईल चोरीला कशी गेली?”

“तसं कसं सांगता येईल?”

“फाईलवरून सरळ-सरळ श्रीयाळांचा खून झाला आहे हे सिद्ध होत

असताना इ. खत्रीनं तो अपघात का डिक्लेअर केला?''

"...असं...असं कसं म्हणता तुम्ही? पोलीस रेकॉर्ड आमच्यापेक्षा तुम्हाला जास्त माहितीय् असं म्हणणं आहे का तुमचं?''

"निदान या केसच्या संदर्भात तरी! मी त्या फाईलचा मायन्यूट स्टडी केलाय्!''

"व्हॉट? तुमच्याकडे कशी फाईल आली ती?''

"ते तुम्ही शोधून काढा. फाईल माझ्याकडे आली तशी अचानक गेली!''

"कोणी खून केला असेल श्रीयाळचा?'' शेवटी विचार करून त्यांनीच विचारलं.

"सुपरिन्टेन्डेन्ट साहेब, तुम्ही माझं ऐकणार असाल तर एका मिनिटात खुनी ताब्यात देतो तुमच्या. फक्त मी सांगतो त्या माणसाला कसलाही विचार न करता अटक करायची. अटक केल्यावर गुन्हा कबूल करेल तो.''

"कबूल आहे. सांगा नाव.''

"नाव सांगितल्यावर मात्र त्याला तुम्ही मोकळं सोडलं तर पब्लिकच्या वतीनं मी स्वत: केस करीन गव्हर्नमेन्टवर.''

"अहो, दमबाजी काय करता? बोलाल तर खरं?''

"सुपररिन्टेन्डेन्ट साहेब, इ. गिरीश खत्री कुठे असेल आता?'' अमरनं शांतपणे विचारलं.

"का?'' घशातून चित्र-विचित्र आवाज काढत भट्टडनी विचारलं.

"इ. खत्री, माधुरी श्रीयाळ आणि देव वकिलांना एकत्रितरित्या खुनाबद्दल अटक करा!''

"ख...खत्री?...म...माधुरी?...''

"आणि देव वकील! डो'न्ट वरी, त्यांच्याकडून गुन्हा कबूल करवून घेण्याची पूर्णत: माझी जबाबदारी!'' अमर बेफिकीरपणे म्हणाला आणि खुर्चीतून स्वत:चा देह बाहेर खेचत भट्टड साहेब घाई-घाईनं उठले. घळघळीत पॅन्टमधे पाय अडकून खाली बसले.

सुपरिन्टेन्डेन्ट भट्टड येरझाऱ्या घालत होते. मधूनच खुर्चीत बसलेल्या इ. गिरीश खत्रींकडे पाहून तोंडातल्या तोंडात शिव्या घालत होते. गिरीश खत्री

गंभीरपणे खाली मान घालून बसला होता. त्याच्या शेजारच्या खुर्चीत बसलेल्या माधुरीचे डोळे आणि नाकाचा शेंडा रडून-रडून लालबुंद झाला होता. देव वकील फक्त ओक्साबोक्शी रडण्याचं बाकी राहिले होते.

"गिरीश खत्री," शांतपणे अमर म्हणाला आणि त्यानं जळजळीत नजरेनं अमरकडे पाहिलं. "मी तुम्हा तिघांना अटक करण्याचा सल्ला दिला भट्टड साहेबांना. चुकलं का काही?"

"तुझं नाही, माझंच चुकलं! त्या दिवशी तुला प्रेत दाखवण्याच्या फंदात नसतो पडलो, तर बरं झालं असतं. पण मला वाटलं होतं सगळे रिपोर्टस् वगैरे पाहून तो खून कसा आहे तू मला सांगशील अन् झालेल्या चुका कशा निस्तरायच्या ते मला ठरवता येईल! पण खविसासारखा हात धुवून मागे लागलास तू! माझा सगळा प्लॅन उद्ध्वस्त केलास."

"तुला इथून हाकलून देण्याकरता मी फाईलची सूटकेस पळवली. तुझी दिशाभूल करण्याकरता निरर्थक चिन्हं काढून चिठ्ठी ठेवली. मला गुंडांनी पळवून नेल्याचा भास निर्माण केला. पण तू फसला नाहीस!

"तुझ्या रुपानं अपयशच हात धुऊन मागे लागलं माझ्या. आणि शेवटी ज्या हेड क्वॉर्टरला मानानं सेन्ड-ऑफ घेणार होतो, त्याच हेड-क्वॉर्टरला मी भट्टड साहेबांसमोर त्यांचा कैदी म्हणून बसलोय्!"

"खत्री," भट्टड खोल गेलेल्या स्वरात बोलायला लागले. "ह्याचा अर्थ श्रीयाळांचा खून तू केलास हे खरंय्!"

"होय. त्यांनी माझ्या आणि माधुरीच्या स्वप्नांचा खून केला होता; मी त्यांचा खून केला! आयुष्य उद्ध्वस्त झाली तर कायद्यात शिक्षा नसते; माणूसच उद्ध्वस्त केला तर मात्र कायदा अगदी कस्सून तपासणी करतो. गुन्हेगार सापडला की त्याची इज्जत मोठ्या चवीनं चवाठ्यावर मांडतो. जाडजूड भाषा वापरून त्याला निर्दय खुनी वगैरे ठरवून आयुष्यभर कैदेत डांबतो!

"ज्या माणसाला आपल्या मुलाच्या आयुष्याची पर्वा वाटत नाही, त्याच्यापेक्षा त्याला स्वतःला स्वाभिमान श्रेष्ठ वाटतो, जो शाम बहलसारख्या गुणी मुलाचं कौतुक करू शकत नाही, ज्याला मुलीच्या प्रेमापेक्षा स्वतःच्या प्रेस्टीजची पर्वा वाटते, जो माणसाला कायम पैशात मोजतो, अशा एका

धर्मात्म्याचा बुरखा पांघरून वावरणाऱ्या व्हीलनचा खून करताना माझा हात तेव्हाही यत्किंचित कापला नव्हता! खुनाची कबुली देताना आज मन थरथरत नाहीये!

"वाईट एकाच गोष्टीचं वाटतं भट्टड साहेब, आजपर्यंत एक करारी इन्स्पेक्टर म्हणून तुमच्या डोळ्यांपुढे माझी इमेज होती; एक कर्तव्यदक्ष पोलीस इन्स्पेक्टर म्हणून पोलीस खातं माझ्या पुढे मान झुकवत होतं...तेच पोलीस खातं आजपासून माझ्याकडे खुनी म्हणून पाहणार आहे!

"अर्थात परिस्थितीला मीच जबाबदार आहे. आणि मी असं बनण्याला परिस्थिती जबाबदार आहे. लीव्ह इट. माझ्या नशिबात जे लिहिलं आहे ते मला मान्य आहे. कोणी मला सहानुभूती दाखवावी, माझ्या करिअरचं वाटोळं झालं म्हणून कोणाला वाईट वाटावं, अशी माझी अजिबात इच्छा नाही.

"मी गुन्हा कबूल करतो. रीतसर स्टेटमेन्ट द्यायला मी तयार आहे."

क्षणभर चुळबुळणारी शांतता. भट्टडच्या चेहऱ्यावर विषादाच्या छटा. इतर सगळे खाली माना घालून बसलेले.

"खत्री, एक्झॅक्टली काय झालं ते सांगशील का तू?" अमरनं विचारलं, तसा खत्री खिन्नपणे हसला.

"विशेष डोकं वापरलेलं नाही विश्वास या प्लॅनमधे मी. फक्त खुनाचा शोध घेणारा इन्स्पेक्टरच खुनी असेल हे कोणाच्याच लक्षात येणार नाही, या गोष्टीचा फायदा घेतला होता मी. आणि लोणावळा पोलीस खात्याच्या विश्वासाचं बॅकिंग मिळालं होतं मला.

"मी पुण्याहून लोणावळ्याला बदलून आलो तेव्हा माधुरी हायर सेकन्डरीला होती. मी राउन्डला साधारण अकराच्या सुमाराला निघायचो आणि त्यावेळी रस्त्यात कुठेतरी ती कधी सनबीम मधून तर कधी इम्पालामधून शाळेत जाताना दिसायची."

"तोंडओळख वाढली आणि आम्ही एकमेकांकडे पाहून हसायला लागलो. तिच्याबद्दल मला आकर्षण वाटायला लागलं आणि मी सावधपणे तिची चौकशी केली. जेव्हा मला समजलं की खंडाळ्याचे सर्वात श्रीमंत लक्षाधीश श्रीयाळ यांची ती मुलगी आहे. तेव्हाच मी तिच्याबद्दलच्या आशा मनातून काढून टाकल्या होत्या. तिच्याकडे लक्ष नाही असं दाखवून, न हसताच

पुढे जायला सुरुवात केली होती. पण एक दिवस तिनं माझ्यासमोरच कार थांबवली अन् मला तिच्याशी बोलणं भाग पडलं.

''त्या दिवसापासून मी राउन्डची वेळ बदलली. पण माधुरीनं माझा पाठलाग सोडायचा नाही असंच ठरवलं असावं. तिचे फोन थेट पोलीस चौकीत यायला लागले मला. शेवटी मी तिला पुन्हा मला त्रास देऊ नको म्हणन बजावलं.

''नंतर तिचे फोन येणं बंद झालं. माझ्या मनावर तिची पडलेली अस्पष्ट सावली दिवसेंदिवस पुसट होत चालली होती. पण अचानक एक दिवस मला ती समोरच दिसली अन् मला पाहताच तिचा चेहरा साफ पडला. हृदयातली खळबळ तिच्या डोळ्यात तरारली. राहवलं नाही मला. मी थांबलो. तिच्याशी बोललो. थांबलो होतो निर्हेतुकपणे; परत जाताना मात्र ती पूर्वीपेक्षाही मनावर व्यापली होती माझ्या!''

''आणि इथून खरी सुरुवात झाली! आमचं प्रेमकरण सुरू झालं. वेळी-अवेळी, जमेल तेव्हा, जमेल तिथे आम्ही एकमेकांना भेटत होतो. प्रत्येक भेटीमधे प्रेमाचे नाजूक धागे आम्हाला एकत्र वेढत होते.

''परिणामांची चिंता करण्याइतकी शुद्ध नव्हतीच तेव्हा. त्यातून मी इन्स्पेक्टर. इन्स्पेक्टरला कुठेही बेधडकपणे उडी मारण्याची सवय असते. होगा सो देखा जायेगा अशी विचारसरणी असते त्याची. हळूहळू आमच्या भेटीतली गुप्तता कमी झाली. आणि आमचं चोरटं कूजन सर्वात पहिल्यांदा पाहिलं असेल तर डॅडींनी! त्यांनी आम्हाला तेव्हा कमरेभोवती हात लपेटून चालताना पाहिलं होतं. पण त्यावेळी त्यांनी ओळख दाखवलीच नाही.

''दुसऱ्या दिवशीपासून माधुरीचं बाहेर जाणं बंद झालं! तिची अन् माझी भेटही होईना. शेवटी विचार करून मी तडक श्रीयाळांकडे गेलो. पिक्चरटाईप उसासे सोडत बसणं माझ्या एक घाव-दोन तुकडे प्रवृत्तीला परवडण्यासारखं नव्हतं.

''श्रीयाळांनी माझं सगळं म्हणणं नीट, शांतपणे ऐकून घेतलं. सर्वात शेवटी ते प्रत्युत्तरादाखल फारच कमी बोलले. पण ते जे बोलले ते हृदयात घर करून आहे माझ्या.

"इ. गरीश खत्री, आपली पायरी विसरू नका. माझ्या इस्टेट मॅनेजरला दरमहा आठशे रुपये पगार देतो मी! हा विवाह होणं शक्य नाही. झालं गेलं विसरून जा. मीही काही झालं नाही असं मानायला तयार आहे. माझ्या पोरीनं तुला नादी लावलं म्हणून हवे तर दहा हजार घेऊन जा! पण पुन्हा तिचं नाव तुझ्या तोंडून निघालं, तर तू एखाद्या दिवशी हाय वे च्या अपघातात मरण पावशील!

"एका श्रीमंत माणसानं केवळ पैशांच्या जोरावर दम दिला होता आणि मी तो कधीच सहन करणार नव्हतो. त्यांच्या घरातून बाहेर पडतानाच मी प्रतिज्ञा केली, की श्रीयाळचेच पैसे त्याच्याकडून घेईन, लक्षाधीश होईन, आणि माधुरीशी लग्न करून दाखवीन!

"संधीची वाट पहात होती मी. आणि देव वकिलांच्या रूपानं एक दिवस मला हवी ती संधी चालून आली. एका क्लबवर मी धाड घातली होती. देव वकील तिथे स्टेकवर जुगार खेळताना रेड-हॅन्ड सापडले होते.

"ते श्रीयाळांचे कायदेशीर सल्लागार आहेत असं समजल्यावर मी त्यांना विश्वासात घेऊन सोडून दिलं. इव्हन, ते ज्या क्लबला असतील त्या क्लबवर धाड न घालण्याचं मान्य केलं. त्या बदल्यात ते मला वाटेल ती मदत करायला तयार होते.

"अन् मला श्रीयाळांच्या मृत्यूपत्रासंबंधी माहिती समजली. त्यांनी देवांना लवकर आपल्याला मृत्यूपत्र तयार करायचंय् असं सांगितलं होतं. त्यापूर्वी मला त्यांच्याकडून पैसे उकळायचे होते.

"माझ्या डोक्यात एक कल्पना चमकली. मी लोणावळ्याच्याच एका भुक्कड प्रेसकडून एस्.एस्.ॲन्ड सन्सची लेटर हेडस्, रिसीट बुक्स्... सगळी जुजबी प्रिन्टिंग्ज करून घेतली. एका प्रसिद्धी कंपनीचं माहितीपत्रक घेऊन तेच प्रेसमधून छापून घेतलं. श्रीयाळांशी पत्र-व्यवहार सुरू केला.

"पाववाला स्ट्रीटला एका सिंध्याच्या दुकानाचा पत्ता दिला होता मी. त्या पत्त्यावर आमचा कॉरस्पॉन्डन्स चालला होता. आणि श्रीयाळांनी मला दोन लाखांचा डी.डी. दिल्यानंतर मी त्यांना डी.डी. ची रीतसर पावती पाठवली. त्यांच्या नावानं एक रिग्रेट लेटर टाइप करून सिंध्याजवळ टाकण्याकरता देऊन

ठेवलं.

"माझा कोणाला संशय आलाच नसता. रिसीटवरची सिग्नेचर आणि माझं हस्ताक्षर टॅली करावं असं कोणाच्याच मनात आलं नव्हतं.

"दोन लाख व्यवस्थित पदरात पडले होते माझ्या. मी तिथेच थांबलो असतो तर कदाचित फार निराळं वळण लागलं असतं माझ्या आयुष्याला. पण तसं व्हायचं नव्हतं."

"एक दिवस देव माझ्याकडे अचानक आले. त्यांची आणि श्रीयाळांची मृत्यूपत्रासंबंधी चर्चा झाली होती. दुसऱ्या दिवशी मृत्यूपत्र तयार केलं जाणार होतं. त्यात फार महत्त्वाचे मुद्दे होते."

"प्रॉपर्टीच्या वाटणीबद्दल काही वाटलं नाही मला, पण कॅशडिस्ट्रिब्यूशन मात्र असं होणार होतं-इतरांना टोटल दहा-एक लाख, शामला पन्नास लाख, आणि माधुरीला तेरा लाख. माधुरीला कॅश देण्याबाबत एक क्लॉज होता. तिनं जर माझ्याशी लग्न केलं तर तिला इस्टेटीतली एक पै देखील मिळणार नव्हती!

"श्रीयाळनं सूडबुद्धीनं केलं होतं हे, पण देव वकील मार्ग सुचवायला आले होते. मिळणाऱ्या इस्टेटीचा त्यांना फक्त दहावा हिस्सा द्यायचा होता.

"त्यांची कल्पना अगदी साधी होती. पण फार इफेक्टीव्ह ठरणार होती. श्रीयाळच्या कच्च्या मसुद्याप्रमाणे चार-पाच वेळा मृत्यूपत्र टाईप करून पाह्यचं. नंतर शब्द मोजून, त्यांच्या संख्येत वाढ किंवा कर्टेलमेन्ट करून ते बॉन्डच्या एकाच पानात शेवटच्या टोकापर्यंत बसेल अशा शब्दात तयार करायचं.

"आता दुसऱ्या बॉन्ड पेपरवर त्याच्यापेक्षा चार ओळीतरी कमी बसतील अशी शब्दयोजना करून आपल्याला हवं तसं मृत्यूपत्र तयार करायचं. त्यात सगळी इस्टेट माधुरीच्या नावे, मृत्यूपत्राच्या डेटपासूनच करायची.

"मृत्यूपत्र टाईप करण्यात येणार होतं. त्यावेळी टाईपरायटरला बॉन्ड पेपर लावताना वरचं मृत्यूपत्र आणि खालचं नकली मृत्यूपत्र अशातऱ्हेनं लावायचं की खालचं मृत्यूपत्र चार ओळींची जागा कोरं असलेलं येईल.

"जिथे मृत्यूपत्र संपेल, त्याच्या खालीच मनुष्य सही करणार. आणि देव श्रीयाळचे नेहमीचे वकील. त्यामुळे ते तर अगदी डोळे झाकून सही करणार होते. त्यांना एकदा कच्चा मसुदा वाचून दाखवला की पुन्हा टाईप झालेलं

मृत्यूपत्र पाहणार नव्हते ते.

"देवांनी फक्त मधली कागदांची फट दिसणार नाही याची काळजी घेऊन त्यांच्यासमोर सही करता मृत्यूपत्र धरायचं होतं.

"वरचं मृत्यूपत्र तसंच राहाणार होतं! खालच्या मृत्यूपत्रावर सही येणार होती!

"आमच्या या प्लॅनमधे माधुरी केवळ प्रेमाखातर सामील झाली होती. तिची मला जर मदत मिळाली नसती तर मला हे करणं कधीच शक्य झालं नसतं.

"दुसऱ्या दिवशी रात्री...श्रीयाळांनी मृत्यूपत्रावर खरंच सही केली आणि त्यांच्या त्या सहीनंच त्यांच्यावर मृत्यूचं शिक्का-मोर्तब झालं! मृत्यू-पत्राची बनावटगिरी लक्षात यायला नको असेल तर...डॅडी श्रीयाळ 'वॉज' टु डाय!

"मी फक्त सिंध्याकडच्या पत्राची वाट पहात होतो. ते पत्र मला प्रूफ म्हणून उपयोगी पडणार होतं. श्रीयाळांनी ते पत्र वाचलं. ते ऑफ झाले. खूप प्यायले आणि रागाच्या भरात कार चालवताना तिसऱ्या वळणावर कार त्यांच्या कन्ट्रोल बाहेर गेली. कार खडकावर आपटली. श्रीयाळ डेड!

"हा प्लॅन आखताना मी फार व्यवस्थित काळजी घेतली होती. कार दरीत पडली अन् त्यांचं प्रेत मिळालं नाही तर, ते जिवंत नाहीत हे सिद्ध होईपर्यंत वेळ लागणार होता. त्यापेक्षा कार खडकावर आपटलेली जास्त चांगली होती.

"पण सिंध्याला ते पत्र टाकण्याची मी जी तारीख सांगितली होती ती सहा-सात दिवसांनंतरची होती. आठव्या दिवशी हातात पत्र पडलं असतं त्यांच्या. या आठ दिवसात त्यांनी काही दुरुस्ती करण्याकरता देवांजवळ मृत्यूपत्र मागितलं तर?

"आणि माझ्या डोक्यात एक कल्पना चमकली. मार्च्युरीमधे प्रेत कुजू नये म्हणून आपण कोल्ड रुम तयार करतो. जर डॅडींचा खून करून त्यांचं प्रेत त्यांच्या फुल साइज रेफ्रिजरेटरमधे ठेवलं तर?

"ब्राईट आयडिया होती ही. प्रेत आठ दिवस कुजणार नव्हतं. रेफिजरेशनमुळे गोठलेलं रक्त प्रेत बाहेर काढताच पुन्हा सहज वाहायला लागणार होतं.

“मी ताबडतोब त्याच रात्री श्रीयाळांच्या बंगल्यावर गेलो. जाताना मी हेड क्वॉर्टरमधून ३०३ बंदूक नेली होती. माधुरीला मी भेटलो तेव्हा डॅडी त्यांच्या ऑफिसात बसून काहीतरी काम करत होते.

“माधुरीला मी स्कीम समजावून दिली. खून मी स्वत: करणार होतो, पण तिचं काम कमी महत्त्वाचं नव्हतं. रक्ताचे डाग पुसून घेणं तिला जमलं असतं. पण...

“रेफ्रिजरेटरमधे स्वत:च्या वडलांचं प्रेत आहे हे माहीत असताना आठ दिवस शांतपणे एकटीनं घरात वावरायचं!... आय कान्ट इमॅजिन!

“पण माधुरीनं माझ्या प्रेमाखातर तेही दिव्य पार पाडलं. मला खरंच अभिमान वाटतो.

“ठरल्याप्रमाणे मी वर गेलो. माधुरीनं मला फक्त ऑफिसचं दार उघडून दिलं अन् ती सरळ बाहेर पळाली.

“मी बंगल्यात शिरलो तेव्हाच निसर्गानं माझ्यावर कृपा केली होती. पाऊस कोसळायला लागला होता. विजा कडाडत होत्या.

“मला हातात बंदूक घेऊन अचानक आत आलेला पाहताच श्रीयाळ घाबरले. त्यांनी ओरडण्याकरता तोंड उघडलं. पण ते ओरडण्यापूर्वीच त्यांच्या छातीत माझ्या हातातल्या बंदुकीची गोळी शिरली होती!

“जर अमर विश्वास इथे राहिले नसते, तर इतक्या खोलात कोणी शिरलं नसतं. मी डिपार्टमेन्टचा राजीनामा देणं, श्रीयाळांचा दुर्दैवी अपघात...कशाचाच संबंध जोडला नसता लोकांनी.

“हे दुर्दैवं माझं! सर्वात महत्त्वाची गोष्ट मी नजरेआड केली होती. डॅडींना ड्रायव्हिंग येत नाही हे मला माहीत नव्हतं. पण इन्व्हेस्टीगेशन करताना विश्वासांना, शामकडून ते कळू शकेल हा मुद्दा माधुरीच्या लक्षात यायला हवा होता.

“आता काही प्रश्नच नाही. शामबद्दल माझ्या मनात आकस नाही, देवांबद्दल मला राग येत नाही, माधुरी...

“तिला मात्र मी कधीही विसरणार नाही! तिला खुनाला मदत केल्याबद्दल काही वर्षांची शिक्षा होईल. तुरुंगातून बाहेर पडली की तिनं खुशाल चांगला

माणूस पाहून त्याच्याशी लग्न करावं!

"मी जन्मभर तुरुंगाच्या गजाआड असेन; माझं हृदय मात्र सतत तुरुंगाबाहेर माधुरीभोवती घोटाळत राहील!"

बोलणं संपताच गिरीशनं डोळे मिटले. त्याच्या डोळ्यांतून ओघळणारे अश्रू त्याच्या गालांवर ओघळले.

"रडू नकोस गिरीश, रडू नकोस!" त्याच्या गालांवरचे अश्रू पुसत माधुरी म्हणाली. तिच्या गालांवर ओघळणारे अश्रू गिरीशच्या मिटल्या डोळ्यांना दिसत नव्हते.

आयुष्यात पहिल्यांदाच अमरला केस सॉल्व्ह केल्याचं दुःख होत होतं!